കളഞ്ഞുകിട്ടിയ കഥകൾ

പ്രീതു

ഉള്ളടക്കം

മുഖവുര

എഴുതിയ കഥകളെല്ലാം കൂട്ടിച്ചേർത്ത് ഒരു സമാഹാരം പുറത്തിറക്കണമെന്ന് ഇപ്പോഴാണ് തോന്നിയത്. 'കളഞ്ഞുകിട്ടിയ കഥകൾ' എന്നാണ് ഇതിന് പേരിട്ടിരിക്കുന്നത്. ഇവ കളഞ്ഞു കിട്ടിയ കഥകൾ തന്നെയാണ്. ചില മനുഷ്യരിൽ നിന്ന്, ചില സംഭവങ്ങളിൽ നിന്ന്. എന്റെ ജീവിതത്തിലേക്ക് പാറിവന്നു പോകുന്ന ശലഭമനുഷ്യർ എന്നിൽ നട്ടുപോകുന്ന ചില ചിന്തകൾ, തീ പിടിച്ച ആത്മാവിൽ തെളിയുന്ന ചില ഭ്രമാത്മകമായ ഭാവനാദൃശ്യങ്ങൾ, വാക്കുകളായി മുളച്ച് കഥകളായി ഇങ്ങനെ പുറത്തുവന്നു. ഇരുപത്തിമൂന്ന് കഥകളാണ് ഈ സമാഹാരത്തിലുള്ളത്. ചിലത് തീരെ ചെറുതാണ്, ചിലതെല്ലാം വളരെയധികം വായനയും ഗവേഷണവും നടത്തി എഴുതിയതും. ഇതിൽ നർമ്മമുണ്ട്, പ്രണയമുണ്ട്, വിരഹമുണ്ട് - സ്വീകരിക്കുക.

പ്രീതു

1

ബൊമ്മലാട്ടം

ബൊമ്മലാട്ടക്കാരനെ കാണാതായ ദിവസമാണ് ചാമിയപ്പൻ കവലയിൽ വീണ്ടും പ്രത്യക്ഷപ്പെട്ടത്. പതിനാലുകൊല്ലത്തെ ജയിൽവാസം അയാളിൽ കാര്യമായ മാറ്റങ്ങളൊന്നും വരുത്തിയിരുന്നില്ല. നരച്ചുനീണ്ട താടി ഒന്നുകൂടി വെളുക്കുകയോ പൊടിപിടിച്ചു കറുക്കുകയോ ചെയ്തില്ല. കയ്യിൽ സദാ എരിഞ്ഞിരിക്കാറുള്ള ബീഡിത്തുണ്ടിനു പോലും മാറ്റമില്ല. കാലം കടന്നുപോയത് തങ്ങൾക്കു മാത്രമാണോ എന്ന് ഗ്രാമക്കാർ ചിന്തിക്കാതിരുന്നില്ല.

"ഒരു കടുംചായ താ" ചായപ്പീടികയിലൊന്ന് കയറി തന്റെ സാന്നിദ്ധ്യമറിയിച്ച ശേഷം അയാൾ തെക്കേത്തെരുവിലേക്കു നടന്നു. വിശക്കുന്നുണ്ട്, അരയിൽ കരുതിയ ഇലപ്പൊതിയിൽ അക്കരെനിന്ന് വാങ്ങിവച്ച പ്രാതലുണ്ട്. മുറിയിലെത്തിയിട്ടു വേണം അത് കഴിക്കാൻ. പതിനഞ്ചു വർഷം മുൻപ് ഈ നാട്ടിലേക്ക് ആദ്യമായി വന്നുകയറിയപ്പോൾ സ്വന്തമാക്കിയ മുറി-അതിപ്പോഴും തന്നെ കാത്തിരിപ്പുണ്ട് എന്നയാൾ വിശ്വസിച്ചു.

"മുറി ഞാൻ വേറാൾക്ക് കൊട്ത്ത്പോയല്ലോ ചാമിയപ്പാ. "-ഭാസ്കരൻ നിസ്സഹായതയുടെ മുഖംമൂടിയണിഞ്ഞു വെളിപ്പെടുത്തി.

"അതിന് ഞാൻ ഒഴിഞ്ഞില്ലാരുന്നല്ലോ ഭാസ്ക്കരാ. "-അതേ രീതിയിൽ ചാമിയപ്പൻ തന്റെ ഭാഗവും വ്യക്തമാക്കി.

"പോലീസ് കൊണ്ടോയ നെന്നേ കാത്ത് മുറി ഒഴിച്ചിടാൻ പറ്റുവോ!"

"എന്റെ സാമാനങ്ങള് ചെലത് മുറീല് കണ്ടില്ലാരുന്നോ?"

"അവിടെ ഒണ്ടായിരുന്നതെല്ലാം മച്ചിന്റെ പുറത്തോട്ട് ഇട്ടിട്ടൊണ്ട്. ഈ വഴി കേറിക്കോ. " ഇടിഞ്ഞുതുടങ്ങിയ ചുമരിൽ ചാരി വച്ച ഗോവണി ചൂണ്ടിക്കാട്ടി ഭാസ്കരൻ ഒരു ഔദാര്യം പോലെ പറഞ്ഞു.

"ഇവിടിപ്പോ ആരാ താമസക്കാര്?"- ഇരുമ്പിലും കൂടുതൽ തുരുമ്പുള്ള ചെറിയ പൂട്ടു നോക്കി അയാൾ തിരക്കി.

"അത് നീയെന്തിനാ അറിയുന്നേ?"

"ചുമ്മാ അറിഞ്ഞിരിക്കാവല്ലോ. "- ചാമിയപ്പൻ വല്ലാത്തൊരു ചിരി ചിരിച്ചു.

"നീ നേരം മെനക്കെടുത്താതെ പോ. ചന്ത ദിവസവാ."

നാട്ടിൽ വ്യാഴാഴ്ച്ച തോറും ചെറിയൊരു വാരച്ചന്തയും മാസത്തിലൊരിക്കൽ രണ്ടാം വെള്ളിയാഴ്ച്ചകളിൽ വലിയൊരു ചന്തയുമുണ്ട്. ഗ്രാമക്കാർ വാരച്ചന്തയിൽ നിന്ന് പച്ചക്കറിയും പലവ്യഞ്ജനവും മറ്റും വാങ്ങി. മാസച്ചന്തകൾ ഉത്സവം പോലെ ആഘോഷിക്കാനുള്ളതായിരുന്നു. പല നാട്ടിൽ നിന്നുള്ള വാണിഭക്കാർ, പുതിയ രുചികൾ, വിസ്മയങ്ങൾ, അറിവുകൾ, രസങ്ങൾ, കളികൾ - ഉച്ചവെയിലാറിത്തുടങ്ങുമ്പോൾ മുതിർന്നവർ വീടുകളിൽ നിന്നിറങ്ങും. കുട്ടികൾ വളരെ നേരത്തേ പോയിക്കഴിഞ്ഞിരിക്കും.

ആൽച്ചുവട്ടിലെ അന്ധഗായകൻ ഏതോ ഭാഷയിൽ പാടുന്നുണ്ടാവും. അയാളുടെ വെള്ളാരങ്കണ്ണുകളിൽ അവർ പല ദേശങ്ങളറിയും . വിണ്ടുകീറിയ പാദങ്ങൾ താളത്തിൽ ചവിട്ടി ഇടയ്ക്കയാൾ നൃത്തം ചെയ്യും , ഭ്രാന്തനെ പോലെ ചിരിക്കും, പൊട്ടിക്കരയും. ഒരുപാട് സ്നേഹിക്കുന്ന ആർക്കോ വേണ്ടിയാണ് അയാളുടെ പാട്ടെന്നു മനസ്സിലാക്കി മനസ്സിലിവുള്ള ചില പെണ്ണുങ്ങൾ അപ്പോൾ കണ്ണുതുടയ്ക്കുന്നതു കാണാം. അയാൾ പാടുന്നതല്ലാതെ സംസാരിക്കാറില്ല. പൊടിയും അഴുക്കും അനുഭവങ്ങളും മുഷിപ്പിച്ച വർണ്ണശബളമായ നീളൻ കുപ്പായവും കയ്യിലൊതുങ്ങുന്ന ചെറിയൊരു ഒറ്റക്കമ്പിവീണയും അയാളെ അവരിൽ നിന്ന് തികച്ചും വ്യത്യസ്തനാക്കിയിരുന്നു. വായിച്ചുമറന്ന കഥകളിൽ നിന്ന് ഇറങ്ങിവന്നതു പോലെയൊരാൾ.

കുറച്ചുമാറി പൂവമ്മക്കോവിലിലെ വയസ്സി ഉറഞ്ഞുതുള്ളിത്തുടങ്ങും. ഗ്രാമത്തിൽ സ്ഥിരമായി കാണാറുള്ള 'ഭ്രാന്തിത്തള്ള' അന്നുമാത്രം വെളിച്ചപ്പാടാണ്. ദീനം വിടാത്ത കുഞ്ഞുങ്ങളെയും കൊണ്ട് അമ്മമാർ അവരുടെ മുന്നിൽ ചെന്നു സങ്കടം പറയും. കുങ്കുമവും മഞ്ഞളും ചേർത്ത് വാരിയെറിഞ്ഞു വയസ്സി പ്രതിവിധി ചൊല്ലും- "പൂവമ്മയ്ക്ക് കാപ്പുകെട്ട്, ചോന്ന പട്ടിന്റെ പാവാട കെട്ട്". മരച്ചുവട്ടിലെ ചെറിയ ഉരുളൻ കല്ലിനെ തൊഴുതും നേർച്ചകൾ നൽകിയും അമ്മമാർ കുഞ്ഞുങ്ങൾക്കായി കരഞ്ഞു പ്രാർത്ഥിക്കും.

കോഴിപ്പോര് കണ്ടു ഉശിരുകയറിയവർക്ക് മൺചട്ടികളിൽ വീര്യമേറിയ കള്ളുമായി ചായക്കടയുടെ പിന്നിലായി ഒരു ഓലപ്പന്തലുണ്ടാവും. അവിടെ പാത്രങ്ങളിൽ താളം പിടിച്ചു ചിലർ പാടും.

എരിവു കൂട്ടിയിട്ടു വച്ച പുഴമൽസ്യത്തിന്റെ സ്വാദുനോക്കാനുള്ള മോഹം പെണ്ണുങ്ങൾ കഷ്ടപ്പെട്ടൊതുക്കും.

ഉപ്പും മണലുമിട്ട് വരുത്തെടുക്കുന്ന ചുടു നിലക്കടല കൊറിച്ചു ചെറുപ്പക്കാർ ചന്തയാകെ ചുറ്റിനടക്കും. കുപ്പിവളയും മുത്തുമാലയും ചാന്തും കണ്മഷിയും വാങ്ങുന്ന സുന്ദരിമാർ ഇടയ്ക്ക് എങ്ങോട്ടോ കള്ളനോട്ടങ്ങളയയ്ക്കും. അരിയും

പഴയ മുണ്ടും കൊടുത്ത് മൂപ്പന്റെ കയ്യിൽ നിന്ന് ചിലർ രുചിയുള്ള കാട്ടുതേൻ വാങ്ങും.

ഇരുട്ടിത്തുടങ്ങുമ്പോൾ പകിടകളിയും വാതും തുടങ്ങും. കുട്ടികൾ ബൊമ്മലാട്ടക്കാരന്റെ മുന്നിൽപ്പോയി കാത്തുനിൽക്കും. മുൻപ് ചാമിയപ്പന്റെ ജാലം കാണാൻ കൂടിയിരുന്നതിലും തിരക്കാണ് ബൊമ്മലാട്ടക്കാരന്റെ മുൻപിൽ. കേട്ടുമടുത്ത കഥകളല്ല അയാളവിടെ പ്രദർശിപ്പിക്കാറ്.

അയാളെയാണ് ഇന്ന് കാണാതായത്.

ആറുമാസം മുൻപാണ് ഒരു ഇരുമ്പുപെട്ടി നിറയെ പാവകളും ചെറിയ ചില്ലുകുപ്പികളിൽ ഓർമ്മകളുടെ സൗഗന്ധവും സൂക്ഷിച്ച് അയാളെത്തിയത്.

അന്നുവരെ ഗ്രാമക്കാർ കണ്ടിട്ടില്ലാത്ത തരം കളിയായിരുന്നു അത്. വിരലുകളിൽ കോർത്തിട്ട ചരടുകൾ കൊണ്ട് അയാൾ കഥകൾ പറഞ്ഞു. അയാളുടെ പാവകൾക്ക് ജീവനുണ്ടോയെന്ന് വരെ അവർ സംശയിച്ചു.

കടയുടെ മുകളിലെ ഒറ്റമുറിയിൽ നിന്ന് പൊട്ടിച്ചിരിയും താരാട്ടും കൊഞ്ചലുകളും ചിണുങ്ങിക്കരച്ചിലും കേൾക്കാറുള്ള ഭാസ്കരൻ അതാരോടും പറഞ്ഞില്ല. കളിയച്ഛനും പാവക്കുഞ്ഞുങ്ങളും തമ്മിലുള്ള രഹസ്യങ്ങളിൽ താൻ ഇടപെടുന്നത് ശരിയല്ലെന്ന് അയാൾക്ക് തോന്നിക്കാണും.

"അയാളെങ്ങോട്ട് പോയി?" ഗ്രാമക്കാർ തിരക്കിയപ്പോൾ ഭാസ്കരന് ഉത്തരമില്ലായിരുന്നു. നേരം വെളുക്കുംമുൻപേ അയാൾ കടവിലേക്ക് നടക്കുന്നത് കണ്ടവരുണ്ട്. അയാളുടെ കയ്യിൽ ആ ഇരുമ്പുപെട്ടിയില്ലായിരുന്നു. അതുകൊണ്ടുതന്നെ അയാൾ ഉടൻ മടങ്ങിവരുമെന്നു അവർ വിശ്വസിച്ചു.

മച്ചിൽ കയറിയ ചാമിയപ്പന് തന്റെ സ്വത്തുക്കൾ കണ്ടെത്താൻ ബുദ്ധിമുട്ടേണ്ടിവന്നില്ല. മുഷിഞ്ഞ ഭാണ്ഡക്കെട്ടിനുള്ളിൽ ആ കറുത്ത ചരടുമാലയുണ്ടെന്ന് ഉറപ്പാക്കി അയാൾ മെല്ലെ എഴുന്നേറ്റു. രുക്കുമണിയുടെ ഓർമ്മയ്ക്ക്.

ചാമിയപ്പൻ ജയിലിൽ പോയത് എന്തിനെന്ന് കൃത്യമായി ഗ്രാമക്കാർക്ക് അറിയില്ലായിരുന്നു. എല്ലാമറിയുന്ന കുഞ്ഞപ്പൻ പോലും ഇക്കാര്യത്തിൽ മൗനിയായി. ഒരുകൊല്ലത്തോളമായി ഗ്രാമത്തിന്റെ ഭാഗമാണെങ്കിലും ചാമിയപ്പനെ ആർക്കും മനസ്സിലാക്കാൻ സാധിച്ചിരുന്നില്ല.

ചന്തയില്ലാത്ത ദിവസങ്ങളിൽ അയാൾ നാട്ടിലുണ്ടാവാറില്ല. നാടോടിയായ ചാമിയപ്പൻ തന്റെ ഭാണ്ഡക്കെട്ട് സൂക്ഷിക്കാൻ മാത്രമായി ആ ഗ്രാമത്തിലെ ഒരു ഇരുണ്ടമുറി തേടി വന്നത് എന്തിനായിരുന്നുവെന്ന് ആർക്കും മനസ്സിലായില്ല.

ഒരു ചന്തദിവസം അയാൾ മടങ്ങിയെത്താതിരുന്നപ്പോൾ നാട്ടുകാർ അത്ഭുതപ്പെട്ടു. എങ്ങുനിന്നോ ആ വാർത്തയെത്തും വരെ അവർ പലതും പറഞ്ഞു. ആരെയോ കുത്തിയെന്നോ കൊന്നെന്നോ മാത്രമുള്ള ഒരു

വാർത്താശകലത്തിൽ അവർ ആശ്വാസം കണ്ടെത്തി.

മച്ചിന്റെ നിലത്തുകണ്ട ഒരു പലകയുടെ വിടവിലൂടെ ചാമിയപ്പൻ മുറിയിലേക്ക് നൂഴ്ന്നിറങ്ങി. കരഞ്ഞുറങ്ങുന്ന പാവക്കുഞ്ഞുങ്ങളെക്കണ്ട് അയാൾ സന്തോഷിച്ചു.

"കുഞ്ഞിമക്കളേ..." - അയാൾ വിളിച്ചു.

കുഞ്ഞുങ്ങൾ കണ്ണുതുറന്നില്ല. തിളങ്ങുന്ന ചുവപ്പുടുപ്പ് ധരിച്ച പാവക്കുഞ്ഞിനെ അയാൾ കയ്യിലെടുത്തു. അവളുടെ കുഞ്ഞികൈകളിലും കാലുകളിലും കോർത്ത കറുത്ത ചരടുകൾ കണ്ട് അയാൾക്ക് സഹിച്ചില്ല. ഓർമ്മകളുണർന്നു. "കുഞ്ഞിമകളുറക്കമാണോ?" - കുഞ്ഞിന്റെ ചുണ്ടിലൊരു ചിരിയുടെ നിഴൽ പിടഞ്ഞു. പെട്ടെന്നാണ് അയാളുടെ കൈകളിൽ ആ ചരടുകൾ തമ്മിൽ പിണഞ്ഞുമുറുക്കിയത്.

രുക്കുമണിയുടെ പിഞ്ചുകഴുത്തിലെ കറുത്തചരടുമാല മുറുകുമ്പോൾ അവൾ പിടഞ്ഞുകരയും. "അപ്പാ, വേണ്ടാ..വേണ്ടാ.. " അപ്പോൾ അയാൾ പൊട്ടിച്ചിരിക്കും.

താൻ അവളുടെ അപ്പനാണോ എന്ന് ചാമിയപ്പനറിയില്ല. ആ നാട്ടിലെ പലരെയും പോലെ അത് അയാളാവാനൊരു സാധ്യതയുണ്ടെന്ന് മാത്രം. പ്രസവത്തിൽ മരിച്ച പങ്കജത്തെ കുഴിവെട്ടിമൂടാനും മരിക്കാത്ത ചോരക്കുഞ്ഞിനെ ഏറ്റെടുക്കാനും ആരും വന്നില്ല. അങ്ങനെ ചാമിയപ്പൻ രുക്കുമണിക്ക് അപ്പനായി. പിന്നീടൊരു പുറമ്പോക്കിൽ അവളെയും ഉറക്കിക്കിടത്തി അയാൾ യാത്ര തുടർന്നു.

പാവക്കുഞ്ഞിനെ കരയിച്ചുണർത്തിയ ചാമിയപ്പന് വല്ലാത്തൊരു രസം കയറി. "ഞാൻ പറയുന്ന പോലെ വൈകുന്നേരം ചന്തയില് ചെയ്യാവോ?" കുഞ്ഞുങ്ങൾ പേടിച്ചു തലകുലുക്കി സമ്മതിച്ചു.

പണ്ടുപണ്ട് ചാമിയപ്പന്റെ ചെറുപ്പത്തിൽ അയാൾക്കൊരു സംഘമുണ്ടായിരുന്നു. ദൂരെയൊരു ഗ്രാമത്തിൽ അവർ രസിച്ചു വളർന്നു. പുതിയ രസങ്ങൾ തേടി നടന്ന അവരുടെ മുൻപിൽ ചുവന്ന പട്ടുപാവാടയിട്ട ആ കുഞ്ഞു പെട്ടത് ആയിടയ്ക്കാണ്.

ഒരുപാട് വാശിപിടിച്ചും കരഞ്ഞുമാണ് പൂവമ്മ അമ്മയെക്കൊണ്ടൊരു പാട്ടുപാവാട വാങ്ങിപ്പിച്ചത്. പഠിക്കാൻ പോയ ദിവസം മുതൽ കുഞ്ഞിന്റെ വായിൽ ഇതേയുള്ളു പറയാൻ. കൂട്ടുകാരിയുടേത് പോലെയൊരു ചുവപ്പു പാവാട തനിക്കും വേണം.

കോവിലിൽ പോയിവന്നിട്ടും പാവാട മാറ്റിയിടാൻ കൂട്ടാക്കാതെ പൂവമ്മ മുറ്റത്തു നിന്ന് കളിച്ചു. പിറ്റേന്ന് പൊന്തക്കാട്ടിനുള്ളിൽ നിന്ന് അവളെ കണ്ടുകിട്ടുമ്പോൾ ആ പാവാടയ്ക്ക് ചുവപ്പേറിയിരുന്നു.

ചാമിയപ്പൻ ജാലം തുടങ്ങിയത് പിന്നീടാണ്. എല്ലാം മടുത്തപ്പോൾ അപ്പനപ്പൂപ്പന്മാരായി ചെയ്തുവെന്നത് ഒരു തൊഴിലായി ഏറ്റെടുത്തെന്നുമാത്രം. വിസ്മയത്തിൽ വിടർന്ന കുഞ്ഞിക്കണ്ണുകൾ കാണുന്നത് അയാൾക്ക് ഹരമായിരുന്നു. കുട്ടികൾക്കായി മന്ത്രം കൊണ്ട് അയാൾ ശർക്കരപ്പൊട്ടുകളും കൽക്കണ്ടത്തുണ്ടുകളും വരുത്തി.

"മകന് തിന്നാൻ ചക്കര വേണോ കൽക്കണ്ടം വേണോ?" -കൂട്ടത്തിലെ ചെറിയകുട്ടിയോട് അയാൾ കാലങ്ങളായി തിരക്കിപ്പോന്നു.

"മിട്ടായി വേണം."- ചാമിയപ്പന്റെ കള്ളത്തരം കണ്ടുപിടിക്കാൻ മാഷ് പറഞ്ഞ സൂത്രം പ്രയോഗിച്ച അക്കരെയുള്ള കുമരനെ ഇന്നും വെറുപ്പോടെ ഓർക്കുന്നുണ്ട്. പതിനഞ്ചു കൊല്ലം മുൻപൊരു സായാഹ്നം.

"കുരുത്തംകെട്ടതുങ്ങള്."- കാറിത്തുപ്പി നടന്നുനീങ്ങിയ ചാമിയപ്പന്റെ പിന്നാലെ കൂവിയാർത്തുകൊണ്ട് കുട്ടികൾ. അന്ന് സന്ധ്യയ്ക്ക് ഷാപ്പിലിരിക്കുമ്പോൾ കയ്യിൽ മണ്ണെണ്ണക്കുപ്പിയും തുണിസഞ്ചിയുമായി കുമരൻ പീടികയിൽനിന്ന് ഇറങ്ങുന്നു. ഇല്ലിക്കൂട്ടത്തിനിടയ്ക്ക് പാത്തുനിന്ന് മുന്നിലേക്ക് ചാടിവീണപ്പോൾ കുട്ടി നിലവിളിച്ചുപോയി.

"മിട്ടായി വേണ്ടേടാ നെനക്ക്?" ചാമിയപ്പൻ അവന്റെ കയ്യിൽ പിടിച്ചു. മണ്ണെണ്ണക്കുപ്പി താഴെവീണു ചിതറി. അവൻ അലറിക്കരഞ്ഞു. പന്തവും കൊണ്ട് രണ്ടുപേർ ഓടിയെത്തി.

"ചെക്കനെ വിടെടോ!"

ചാമിയപ്പൻ പുളിച്ച തെറിയൊരെണ്ണം വിളിച്ചതും ആദ്യത്തെ അടിവീണു. അരയിലിരുന്ന പിച്ചാത്തി അതിലൊരുവന്റെ പള്ളയ്ക്ക് കയറിയതും നാട്ടുകാർ ഓടിക്കൂടി പിടിച്ചുകെട്ടിയതുമെല്ലാം ഇന്നലെ കഴിഞ്ഞ പോലെ ഓർക്കുന്നു.

ചന്തയുണർന്നുതുടങ്ങിയപ്പോൾ ചാമിയപ്പൻ പെട്ടിയുമായി താഴെയിറങ്ങി. ജാലക്കാരന്റെ കള്ളത്തരം കണ്ടുപിടിക്കാൻ തരം പാത്തുനിൽക്കുന്ന കുട്ടിപ്പിശാചുക്കൾ ഇന്ന് നാണംകെട്ടു കൈയ്യടിക്കും- അയാൾ ചിരിയടക്കി.

വെറുതെ വിരലുകളിൽ ചരടു കെട്ടി അയാൾ തയ്യാറായി.കുഞ്ഞുവ്വാവ് മാറിയതിന് ഒരമ്മ കെട്ടിയ ചുവന്ന പാവാടയിൽ പൂവമ്മ തെളിഞ്ഞുനിന്നു.

മരച്ചുവട്ടിലൊരു കല്ലിനുള്ളിൽ മരവിച്ചിരുന്നൊരു കുഞ്ഞ് സ്വപ്നത്തിൽ വെളിപ്പെട്ടു പറഞ്ഞതുപോലെ ബൊമ്മലാട്ടക്കാരൻ ദൂരെയെങ്ങോ ഇരുന്ന് കുഞ്ഞുങ്ങളെ ഓർത്തു നീറി. ദൂരെദൂരെയൊരു ദേശത്തെ ഇരുണ്ട പീടികമുറിയിലിരുന്ന് സുഗന്ധം വിറ്റിരുന്ന മിർസാ അലി പേരില്ലാത്ത ബൊമ്മലാട്ടക്കാരനായ കഥയോർത്ത് കാറ്റും ഒപ്പം തേങ്ങി.

സുഗന്ധങ്ങളുടെ രാജകുമാരൻ- പുതുമഴയുടെ ഗന്ധം പോലും കുപ്പിയിലാക്കി വിറ്റിരുന്നവരുടെ തെരുവിൽ അവന്റെ പീടികയിൽ

മാത്രമായിരുന്നു തിരക്ക്. പീടികയുടെ പിന്നിലുള്ള ഇരുണ്ട മുറിയിൽ ഓർമ്മകൾ സുഗന്ധങ്ങളാക്കുന്ന മന്ത്രവും തന്ത്രവും മറ്റെങ്ങുമില്ലായിരുന്നു. ഒരു തുള്ളികൊണ്ട് പിന്നീട് ഓർമ്മകളുടെ ലോകത്തേക്ക് കൂട്ടിക്കൊണ്ടുപോകുന്ന സുഗന്ധങ്ങൾ!

ഏറ്റവും വിലയേറിയ ഊദും കറയില്ലാത്ത കുന്തിരിക്കവും പുകച്ച മുറിയിൽ ഒരുപാട് പുഷ്പങ്ങളും പഴച്ചാറുകളും പനിനീരും നിർത്തിവച്ചു ചന്ദനതൈലവും കസ്തൂരിയും മാറിമാറി പുരട്ടി കിടത്തി ഓർമ്മകളുണർത്തി മന്ത്രം ചൊല്ലി വിയർപ്പിലൂടെ ഊറ്റിയെടുത്തു സുഗന്ധവ്യഞ്ജനങ്ങൾ ചേർത്ത് അത്തറുണ്ടാക്കുന്ന മിർസാ അലി. അവകാശിയായി പ്രിയശിഷ്യനെ തിരഞ്ഞെടുത്ത പിതാവിനെ നമസ്കരിച്ചു വീടുവിട്ടിറങ്ങുമ്പോൾ അയാളുടെ പെട്ടിയിൽ ആകെയുണ്ടായിരുന്നത് കുറേ അമ്മമാരുടെ ഓർമ്മഗന്ധങ്ങളാണ്. എന്തിനെന്നറിയാതെ അയാൾ സൂക്ഷിച്ചു വച്ചവ.

കളിതുടങ്ങി. അത്ഭുതത്തോടെ ചാമിയപ്പന് ചുറ്റും ആളുകൂടി. ജീവനുള്ള മനുഷ്യരുടെ നാടകം പോലെയൊരു ബൊമ്മലാട്ടം കണ്ടു അവർ വിസ്മയിച്ചു. ചാമിയപ്പൻ കഥ പറഞ്ഞു, കുഞ്ഞുങ്ങൾ കഥയാടി.

ഏവരെയും ഞെട്ടിച്ചുകൊണ്ട് ചാമിയപ്പന്റെ കഴുത്തിൽ ചരടുമുറുകി. അയാൾ പിടന്നുവീണപ്പോൾ മരച്ചുവട്ടിലെ ഉരുളൻകല്ലു പൊട്ടിത്തെറിച്ചു. അവിടേയ്ക്കോടിയ ജനങ്ങൾ തിരിച്ചെത്തിയപ്പോൾ കണ്ടത് ചാമിയപ്പന്റെ ജഡമാണ്.

"എന്നാലും ആ പാവ എങ്ങനെയാ..." പിറ്റേന്ന് ഗ്രാമക്കാർ ചായപ്പീടികയിലിരുന്ന് ചർച്ചചെയ്തു.

"അയാളുടെ എന്തോ സൂത്രമായിരുന്നുകാണും അത്. പക്ഷേ എങ്ങനെയോ ചരട് കഴുത്തിൽ കുരുങ്ങി."

"വിരലിൽ കെട്ടിയ ചരടെങ്ങനെയാ കഴുത്തില് കുരുങ്ങുന്നേ? ആ പാവ ചരടില്കൂടെ വലിഞ്ഞുകയറിച്ചെന്നത്-ഹോ, ഇങ്ങനൊന്ന് ഞാൻ കണ്ടിട്ടില്ല!"

"ആയമ്മയ്ക്ക് പെട്ടെന്ന് എന്താ പറ്റിയതെന്നാ. കുങ്കുമോം മഞ്ഞളുമൊക്കെക്കൂടി പറന്ന് പൊന്തിയിട്ട് ആകെ ബഹളം. പാവം."

രണ്ടു മൃതദേഹങ്ങൾ നീക്കം ചെയ്യപ്പെട്ടതിൽ ഒന്നിന്റെ മുഖം പേടിച്ചുവിളറിയും മറ്റൊന്ന് പരമാനന്ദത്തിന്റെ തിളക്കത്തിലുമായിരുന്നു.

കടവത്തുനിന്നും ബൊമ്മലാട്ടക്കാരൻ മെല്ലെ നടന്നുവന്നു. കളിയച്ഛരനോടു പറയാൻ കഥയുമായി കുഞ്ഞുങ്ങൾ കാത്തുകിടന്നു.

2

മറവിയുടെ ആൽക്കെമി

ഞാനൊരു രഹസ്യം പറയട്ടെ? മറവിയുടെ രഹസ്യം. കുറച്ചുനാളായി എനിക്ക് സംശയമുണ്ടായിരുന്നു. ഇന്നലെയാണ് എല്ലാം വെളിപ്പെട്ടത്. ഓർമ്മകൾ മാഞ്ഞുപോകുന്നത് എവിടേക്കാണെന്നാണ് നിങ്ങൾ വിചാരിക്കുന്നത്? അതറിയാൻ ഒരുപാട് ദൂരെയൊന്നും പോകേണ്ട. ശരിക്കൊന്നുറങ്ങിയാൽ മതി. വെറുതേ ഭ്രാന്ത് പറയുന്നുവെന്നാണോ വിചാരിക്കുന്നത്? അല്ല, വഴിയേ പറയാം.

നഗരം മുഴുവനായി വിഴുങ്ങാത്ത പട്ടണങ്ങളിൽ വലിയ ബസാറുകൾ കണ്ടിട്ടില്ലേ? ഇരുൾ പരക്കുമ്പോൾ, തിരക്കൊഴിയുമ്പോൾ, അങ്ങനെയൊരു ബസാറിൽ ഒരു ഗലിയുണരുന്നുണ്ട്. സ്ഥലകാലങ്ങൾക്ക് അതീതമായി, മറ്റേതോ യാഥാർത്ഥ്യത്തിലേക്ക് തുറക്കുന്ന ഒരു വാതിൽ. ഞാനിന്നലെ അവിടെ പോയിരുന്നു. ഇരുവശത്തുമായി നിരന്നിരിക്കുന്ന പണ്ടകശാലകളിലൊന്നിൽ സദാ സുഗന്ധിയായ വിരൽത്തുമ്പുകളുമായി അവൾ പനിനീർപ്പൂക്കൾ ഇതളിറുത്തുകൊണ്ടേയിരിക്കുന്നു. ചന്ദനത്തിന്റെയും കസ്തൂരിയുടെയും നേർത്ത ഗന്ധവും വായുവിൽ കലർന്നിട്ടുണ്ട്; അപരിചിതങ്ങളായ മറ്റെന്തൊക്കെയോ സുഗന്ധങ്ങളും.

"നീയാരാണ്?" - ഞാൻ തിരക്കി. അവൾ ഒന്നും മിണ്ടിയില്ല.

പെട്ടെന്നുള്ള പരിഭ്രമത്തിൽ ഞാൻ ചോദിച്ചെന്നേയുള്ളൂ. എനിക്കറിയാമല്ലോ ഇവൾ ആരാണെന്ന്. മൂവായിരത്തോളം കൊല്ലമായി വെറുമൊരു മൺഫലകത്തിലെ ഏതോ പ്രാചീനലിപിയിൽ മാത്രം കുടുങ്ങിക്കിടക്കുന്നവളല്ല തപ്പൂട്ടി. സുഗന്ധങ്ങളുടെ ചക്രവർത്തിനി. അവളെക്കുറിച്ച് അലി ഇന്നലെയും കൂടി പറഞ്ഞതാണ്

മിർസാ അലി - മഴയത്തെ മൺവാസനയുടെ ഗന്ധമുള്ള അത്തർ എനിക്ക് സമ്മാനിച്ചവൻ. ഉത്തർപ്രദേശിലെ കനൗജിൽ നിന്ന് പണ്ടെങ്ങോ നാടുവിട്ടുപോയൊരു പൂർവ്വികനെക്കുറിച്ച് അവൻ പറയുമായിരുന്നു. ദില്ലിയിലെത്തി എപ്പോഴോ മതം മാറി, സ്വത്വം തന്നെ മാറി, പിൻതലമുറയ്ക്ക് പുതുജീവിതം. അപ്പോഴും മനസ്സിൽ മായാതെ നിന്ന അത്തർ ഗന്ധം പുതുതലമുറകൾക്കായി കഥകളാക്കി വച്ചു അവർ.

ഒരു വർഷം മുൻപ്, ദില്ലിയിൽ വച്ച്, മതങ്ങളിലെ ഫോക് സങ്കൽപ്പങ്ങളെക്കുറിച്ചു നടന്ന ഒരു സെമിനാറിലാണ് അവനെ ഞാൻ ആദ്യമായി കാണുന്നത്. ദ്രാവിഡ കാവൽദൈവങ്ങളെക്കുറിച്ചു ഞാനും ജിന്നുകളെക്കുറിച്ച് അവനും സംസാരിച്ചു. "തിരിച്ചുപോകാൻ ധൃതിയില്ലെങ്കിൽ രണ്ട് ദിവസം കൂടി തങ്ങൂ. വ്യാഴാഴ്ച ഞാൻ നിങ്ങളെ ഒരിടത്ത് കൊണ്ടുപോകാം " - അവൻ പറഞ്ഞു. തിരക്കൊന്നുമില്ലായിരുന്നു; ഒരാഴ്ചത്തെ ലീവ് പറഞ്ഞാണ് വണ്ടികയറിയത്. ഒരു മാറ്റം അത്യാവശ്യമായിരുന്നല്ലോ.

"നീയിങ്ങനെ കയറൂരിവിട്ടിട്ടാണ് അവൾ നിന്നെ വിലവയ്ക്കാത്തത്. സെമിനാർ ആണത്രേ! അതും ഇത്രയും ദൂരം. വേറെയാരും കോളേജ് കണ്ടിട്ടില്ലല്ലോ."- പതിവ് പോലെ അവർ അഭിയെ എരികയറ്റാൻ ശ്രമിച്ചിരുന്നു. അവൻ ചിരിച്ചതേയുള്ളു. എയർപോർട്ടിലേക്കുള്ള വഴിയിൽ അവൻ പറഞ്ഞു, "അമ്മ നിന്നെ വല്ലാതെ പെർ ചെയ്യുന്നുണ്ടല്ലേ? എനിക്ക് മനസ്സിലാവുന്നുണ്ട്. സോറി. "- അഭിയ്ക്ക് എല്ലാമറിയാമായിരുന്നു. അമ്മയെ തിരുത്താനോ മാറിത്താമസിക്കാനോ കഴിയാതെ അവൻ നിസ്സഹായനുമായിരുന്നു.

അലി ഉച്ചതിരിഞ്ഞാണ് എത്തിയത്. "എന്തെങ്കിലും കഴിച്ചിട്ട് ഇറങ്ങിയാലോ?" ഞാൻ തിരക്കി. വിശപ്പില്ലാത്തതുകൊണ്ട് ഊണ് വരുത്തിയില്ല. റെസ്റ്റോറന്റിൽ പോയി കാപ്പിയും മസാലദോശയും കഴിക്കുമ്പോൾ അവൻ ചിരിക്കുന്നുണ്ടായിരുന്നു.

"നിങ്ങൾ മലയാളികൾ ഏത് നാട്ടിൽപ്പോയാലും ദോശ മാത്രമേ കഴിക്കാറുള്ളോ?"

"അതേ. പക്ഷേ അവിടെയൊന്നും നാട്ടിലെ പോലെയുള്ള ദോശ കിട്ടുന്നില്ലെന്ന് പരാതി പറഞ്ഞു നടക്കാറില്ല. "- ഞാനും വിട്ടില്ല.

മെട്രോ ട്രെയിനിൽ തീരെ തിരക്കില്ലായിരുന്നു. "നമ്മൾ എങ്ങോട്ടാ പോകുന്നത്?" ഞാൻ തിരക്കി. "ജിന്നുകളെ കാണാൻ", അവൻ ചിരിച്ചു. ഓർക്കുമ്പോൾ തമാശയാണെങ്കിലും അന്നെനിക്ക് നല്ലപോലെ പേടി തോന്നിയിരുന്നു. വലിയ പരിചയമില്ലാത്ത നാട്, ഒരു ദിവസത്തെ പരിചയം മാത്രമുള്ള ഒരാളോടൊപ്പം ഇറങ്ങിപ്പുറപ്പെട്ടത് വിഡ്ഢിത്തമായെന്ന് തോന്നി. വല്ല ദുർമന്ത്രവാദികളുടെ അടുത്തേക്കുമാവുമോ ഇവൻ തന്നെ

കൊണ്ടുപോകുന്നത്?

തപ്പുട്ടിയെക്കുറിച്ച് അവൻ പിന്നീട് പറഞ്ഞത് ഓർമ്മയുണ്ട്. പ്രാചീന ബാബിലോണിയയിൽ രാജകൊട്ടാരത്തിലെ മേൽനോട്ടക്കാരിയും സുഗന്ധദ്രവ്യങ്ങളുണ്ടാക്കുന്ന ശാസ്ത്രജ്ഞയുമായിരുന്നു അവൾ. "തപ്പുട്ടി ഉണ്ടാക്കിയ ചില വിദ്യകളാണ് ഇപ്പോഴും പരമ്പരാഗതമായ അത്തർ നിർമ്മാണത്തിൽ ഉപയോഗിക്കുന്നത്. വളരെ പണ്ട്, ഇൻഡസ് വാലി കാലത്ത്, മെസപ്പൊട്ടോമിയയുമായി നമുക്ക് കച്ചവടബന്ധമുണ്ടായിരുന്നു." - ഇതിനെക്കുറിച്ച് സംസാരിക്കാൻ അലിയ്ക്ക് വലിയ ഉത്സാഹമായിരുന്നു.

അത്തറുകൾ അവന്റെ ഇഷ്ടവിഷയമാണ്. "എങ്കിൽ ഗവേഷണം ഇതിലാകാമായിരുന്നില്ലേ? എന്തിന് ജിന്നുകൾ?" - ഒരിക്കൽ ചോദിച്ചു.

"അത്തർ എന്റെ രക്തത്തിലാണ്. അത് ഗവേഷണം ചെയ്ത് പഠിക്കേണ്ട കാര്യമുണ്ടോ?"

മഴയുടെ മണമുള്ള അത്തർ അയച്ച കൂട്ടത്തിൽ ഒരു കുറിപ്പുമുണ്ടായിരുന്നു. "ഇതിൽ വെന്തമണ്ണിന്റെയും വെള്ളത്തിന്റെയും മണമാണ്. ഭംഗിയുള്ള മഴകൾ ശീലിച്ച നിനക്ക് ഇതൊരു നല്ല സമ്മാനമേയല്ല എന്നറിയാം. എങ്കിലും വാങ്ങാൻ തോന്നി. ഓരോ നാട്ടിലും, ഓരോ ഋതുവിലും, മഴയ്ക്ക് ഓരോ ഗന്ധമാണ്. നിന്റെ മുറ്റത്തെ പാരിജാതത്തിന്റെ ചുവട്ടിലെ മൺവാസനയുമായി ഇതിനെ തട്ടിച്ചുനോക്കരുത്."

☙

അവൾ എന്നെ നോക്കുന്നതേയില്ല. "തപ്പുട്ടീ, എനിക്ക് നിന്നെ അറിയാം.", ഞാൻ പറഞ്ഞു.

"ഞാൻ തപ്പൂട്ടിയല്ല", അവളുടെ ആദ്യവാചകം എന്നെ ഞെട്ടിച്ചു. "എന്നെ ആരും ഓർക്കരുതെന്ന് അവൾ തീരുമാനിച്ചിരുന്നു. ആ വാശി സാധിച്ചല്ലോ."

"നിങ്ങൾ.....നിങ്ങൾ നിനുവല്ലേ?"

അവൾ പൊട്ടിച്ചിരിച്ചു. "അതവൾക്ക് നശിപ്പിക്കാനായില്ല. അതെ, ഞാൻ സിറത്ബനിത് - നിനു. മരുതുക്കിന്റെ പ്രിയതമയുടെ പേരായിരുന്നു എനിക്കും."

അവൾ കഥ തുടർന്നു. "മരുതുക്കിൽ നിന്ന് തന്നെ തുടങ്ങാം. ബാവിലിം നഗരത്തിന്റെ കാവൽദൈവം. അന്ന് ചങ്ങലയ്ക്കിട്ട് ഞങ്ങളുടെ രാജാവും റാണിയും, ഒപ്പം ഞങ്ങളും, ചുട്ടുപൊള്ളുന്ന വെയിലത്ത് നാടുകടത്തപ്പെട്ട ദിവസം- അന്നാണ് മരുതുക് ബാവിലിം വിട്ടത്. ചരിത്രമറിയാമല്ലോ നിനക്ക്?" - അവൾ പറഞ്ഞുനിർത്തി.

അവൾ ഒരു കൂജയിൽ എന്തോ നീട്ടി. വലിച്ചുകുടിക്കാൻ ഒരു കുഴലുമുണ്ടായിരുന്നു. "ഞങ്ങൾക്ക് വളരെ വിശേഷപ്പെട്ട യവമദ്യമാണ്. "

മുന്തിരിവീഞ്ഞു മാത്രം ശീലിച്ചിട്ടുള്ള എന്റെ നാവിൽ ആയിരക്കണക്കിന് വർഷങ്ങൾ കടന്ന് പുതിയൊരു രുചി കൂടുകൂട്ടി.

അവൾ തുടർന്നു. "എന്റെ സഹോദരി പുരോഹിതയായിരുന്നു. അതുകൊണ്ടുതന്നെ പൂജയ്ക്കുള്ള സുഗന്ധദ്രവ്യങ്ങൾ ക്ഷേത്രങ്ങളിലെത്തിക്കുന്നത് ഞാനായിരുന്നു. ദുർനിമിത്തങ്ങളെക്കുറിച്ച് അവൾ സൂചിപ്പിച്ച ദിവസം തന്നെയാണ് എന്റെ സുഹൃത്ത്, മദ്യശാല നടത്തുന്ന മുമ്മു, ആ വിവരങ്ങൾ പറഞ്ഞത്. അവളുടെ ശാലയിൽ വന്ന ഒരു സംഘം യുവാക്കളുടെ സംസാരത്തിൽ നിന്ന് രാജാവിനെതിരെയുള്ള ഗൂഢാലോചന നടക്കുന്നുണ്ടെന്ന് വ്യക്തമായി. കൊട്ടാരത്തിൽ തന്നെ അവർക്ക് സുഗന്ധത്തിൽ ഒളിച്ചിരിക്കുന്ന ചാരനുണ്ടെന്ന് കേട്ടപ്പോൾ മുമ്മു ഞെട്ടി. തപ്പുട്ടിയെക്കുറിച്ച് അങ്ങനെയൊന്ന് അവൾക്ക് വിശ്വസിക്കാനായില്ല. എനിക്കെന്തോ അത്ഭുതം തോന്നിയില്ല. ബാവിൽ മണ്ണിന്റെ യഥാർത്ഥ അവകാശികൾ വേണം നാട് ഭരിക്കാനെന്ന് അവൾ പിറുപിറുക്കുന്നത് ഒരിക്കൽ ഞാൻ കേട്ടിട്ടുണ്ട്.

രാജാവ് മറ്റൊരു ഗോത്രക്കാരൻ തന്നെ, എങ്കിലും അദ്ദേഹം ചെയ്ത നന്മകൾ എത്രയാണ്! അവൾക്ക് എങ്ങനെതോന്നി അദ്ദേഹത്തെ ഒറ്റിക്കൊടുക്കാൻ! അവകാശിയെന്ന് അവൾ വിശ്വസിച്ചവൻ എന്താണ് ചെയ്തതെന്ന് അറിയില്ലേ? ക്ഷേത്രങ്ങൾ തകർത്തും ജനങ്ങളെ കൊന്നൊടുക്കിയും സ്വത്തുക്കൾ അപഹരിച്ചും ബാവിലിം തകർത്തു. മരുതുക്കിനെ കൈവശപ്പെടുത്തി. അതിന്റെ ശിക്ഷയാണ് സ്വന്തം മകന്റെ കൈയ്യാലുള്ള മരണം. നിനക്കറിയുമോ, മരുതുക്കിന്റെ ബിംബം ബാവിലിമിൽ നിന്ന് നീക്കിയവരുടെയെല്ലാം വിധി അതായിരുന്നു- കുടുംബത്തിലെ ഒരാളുടെ കൈകൊണ്ടുള്ള മരണം അന്ന് രാജാവിനോപ്പം നടന്നുനീങ്ങിയ ഞാൻ കണ്ടത് പുതിയ അവകാശിയുടെ പിന്നിൽ നിന്ന് ക്രൂരമായി ചിരിക്കുന്ന തപ്പുട്ടിയെയാണ്."

ലോകം മറന്ന ദേവതകളെ വിശ്വസിച്ച് ഇവൾ മാത്രമെങ്ങനെ കാലം തൊടാതെ ഇവിടെ? ഞാൻ ചിന്തിച്ചു.

൨

"നിനക്ക് എന്തെങ്കിലും ആഗ്രഹം സാധിക്കാനുണ്ടെങ്കിൽ പറഞ്ഞോ. വഴിയുണ്ടാക്കാം."- ജിന്നുകളുടെ കോട്ടയിൽ വച്ച് അലി പറഞ്ഞു.

"മുപ്പത്തിമുക്കോടി ദൈവങ്ങളുള്ളപ്പോൾ ഞാനെന്തിനാ ഈ ജിന്നിനേം പ്രേതത്തിനേമൊക്കെ പ്രാർത്ഥിക്കുന്നത്?"

" അധികമാരും ആരാധിക്കാത്തവർക്ക് ശക്തി കൂടും. പരീക്ഷിക്കുന്നോ?"

"നിന്റെ ആഗ്രഹങ്ങൾ എന്തെങ്കിലും സാധിച്ചിട്ടുണ്ടോ?"

"ഉണ്ട്. യുക്തിവാദത്തിന്റെ പകലുകൾ ചിലപ്പോൾ ഞാൻ ഇവിടെക്കൊണ്ടവസാനിപ്പിക്കാറുണ്ട്."

വെറുതേ, ഒരു തമാശയ്ക്ക് തന്നെയാണ് അന്ന് ആ കത്തെഴുതിയത്. ജിന്നിനുള്ള കത്ത്. അലിയുടെ തോൾസഞ്ചിയിൽ അത്തറുണ്ടായിരുന്നു. "നീ ഇതും കൊണ്ടാണോ നടപ്പ്?" "നിനക്ക് തരാൻ കൊണ്ടുവന്നതാണ്. ഊദിന്റെ ഗന്ധമുള്ള അത്തർ. " അതിൽ നിന്ന് കുറച്ചെടുത്ത് അവൻ ആ കത്തിൽ തൊട്ടു. " ജിന്നുകൾക്ക് സുഗന്ധങ്ങളോട് ഒരു പ്രത്യേക ഇഷ്ടമുണ്ട്. നിന്റെ ആഗ്രഹം വേഗം സാധിക്കട്ടെ!"

ജീവിതത്തിൽ ആകെയുള്ളൊരു നീരസം അവരോടായിരുന്നു. അഭിയുടെ അമ്മ. എന്തുകൊണ്ടോ എന്നെ അവർക്ക് ആദ്യം മുതൽ ഇഷ്ടമല്ലായിരുന്നു. "അവരുടെ ശല്യം തീർത്തുതരണ"മെന്ന് തമാശയ്ക്ക് കുറിച്ചത് ഉള്ളിലുള്ള ആഗ്രഹം തന്നെയായിരുന്നു. അതാവണം, അടുത്ത മാസം അവർ വീണ്ട് ഓർമ്മനഷ്ടപ്പെട്ടു കിടപ്പിലായപ്പോൾ കുറ്റബോധം കൊണ്ട് ഞാൻ പുകഞ്ഞുതുടങ്ങിയത്.

✿

നിനു എന്നെത്തന്നെ ഉറ്റുനോക്കിയിരിക്കുന്നു. "അവൾ വെറുമൊരു മേൽനോട്ടക്കാരി മാത്രമായിരുന്നില്ല. എന്റെ ഗവേഷണം അടുത്തുനിന്നറിഞ്ഞു അതിന്റെ ഫലം സ്വന്തമാക്കാൻ ശ്രമിച്ചവളാണ്. അവൾക്ക് പോലുമറിയില്ലായിരുന്നു എന്റെ ഗവേഷണം യഥാർത്ഥത്തിൽ എന്തായിരുന്നുവെന്ന്. പുതിയൊരു ഗന്ധത്തിനായെന്ന മട്ടിൽ ഞാൻ ചെയ്തതൊക്കെ എന്തായിരുന്നുവെന്ന് അറിയാൻ അവൾക്ക് സാധിച്ചില്ല. എന്നെ ആ ഫലകത്തിൽ നിന്ന് നീക്കാനേ അവൾക്കായുള്ളൂ. ചരിത്രം പകുതി പേര് മറന്നവളുടെ കയ്യിലാണ് ഇന്ന് ഓർമ്മകളുടെ താക്കോലെന്ന് നിനക്കറിയാമോ?" - അവളുടെ കണ്ണുകൾ വെട്ടിത്തിളങ്ങി." ആ ലായനി ഞാൻ കണ്ടെത്തി. എന്തും ലയിപ്പിക്കുന്ന അത്ഭുതലായനി."

"ഓർമ്മകൾ കൊണ്ട് അത്തറുണ്ടാക്കുകയാണോ ഇവിടെ?"

"സ്വപ്നങ്ങളിൽ മനുഷ്യർ എന്നെ തേടിവരുന്നു. നീയിപ്പോൾ വന്നതുപോലെ. അവരുടെ ഓർമ്മകളിൽ ചിലത് ഊറ്റിയെടുത്ത് ഞാൻ അത്തറുണ്ടാക്കുന്നു. പിന്നീട്, നിങ്ങൾ മരണമെന്ന് പേരിട്ടത് സംഭവിക്കുമ്പോൾ അത്തറുപെട്ടിയുമായി ഞാനവരെ കാണാൻ പോകും. ഓർമ്മകൾ സുഗന്ധങ്ങളായി സമ്മാനിക്കും. "

"എന്റെ ഭർത്താവിന്റെ അമ്മയുടെ ഓർമ്മകളോ?"

"എല്ലാം സുരക്ഷിതമായി ഇവിടെയുണ്ട്."

"ഇത് വെറും സ്വപ്നമല്ലേ?"

"സ്വപ്നങ്ങളെ കുറിച്ച് നീ എന്താണ് മനസ്സിലാക്കിയിരിക്കുന്നത്?"

"ഇതെവിടെയാണ്?" "കന്യാകുബ്ജവും ബാവിലിമും ഒക്കെ നിന്റെ ഭൂപടത്തിൽ മാത്രമാണ്. ദൈവങ്ങളുടെ വിയർപ്പുതുള്ളികളിൽ ഓർമ്മകൾ അലിയുന്നിടമാണെന്ന് മാത്രമറിയുക."

ഇന്ന് ഉണർന്നപ്പോൾ എന്നെ ചൂഴ്ന്നുനിന്ന സുഗന്ധം അഭി ശ്രദ്ധിച്ചു. "എന്തിന്റെ വാസനയാണ് ഇത്? അമ്മയുടെ മുറിയിലും ഇടയ്ക്ക് ഉണ്ടാവും. നിന്റെ അത്തറാണോ?" ഞാൻ ചിരിച്ചു. മറവിയുടെ ഗന്ധമാണെന്ന് എങ്ങനെയാണ് പറഞ്ഞുമനസ്സിലാക്കുക?

3

അങ്കിൾ നാണുമ്മാൻ

"ഇനി അധികം നാളില്ല മക്കളേ. കൂടിയാലൊരു ആറുമാസം. ആരേം ദണ്ണിപ്പിക്കണ്ട് പോണംന്നേയുള്ളൂ. "- അഞ്ചുകൊല്ലം മുൻപൊരു ഓണക്കാലത്ത് നാണുമ്മാൻ അടിച്ച ഡയലോഗാണ്. അന്ന് കണ്ടപ്പോൾ ശരിയാണെന്നും തോന്നിയിരുന്നു. "നാണുമ്മാൻ ആകെ മെലിഞ്ഞുപോയി. "- ആണ്ടിനും സംക്രാന്തിക്കും കാർന്നോമ്മാരെ കണ്ട് സലാം വയ്ക്കുന്ന ശരാശരി 'വകേലൊരു മര്യോൾ ' റോളിന് ചേരുന്ന ഒന്ന് ഞാനും പറഞ്ഞു. രാധേട്ടത്തിക്ക് അത്രയ്ക്ക് ബോധിച്ചില്ല എന്ന് തോന്നി. "എന്ത് കഴിച്ചാലും വയറിനു കേടാടീ. വെശപ്പും ഇല്ലാന്നാ പറേണെ. രണ്ട് ചപ്പാത്തിയോ ഇത്തിരി കഞ്ഞിയോ കഴിപ്പിക്കാൻ ഞാൻ പെടണ പാട്!"

നാണുമ്മാൻ ഞങ്ങളുടെ നേരമ്മാവനൊന്നുമല്ല. താവഴിയുടെ ബ്ലൂപ്രിന്റ് ഒന്ന് ശരിക്ക് പരിശോധിച്ച് വിസ്തരിക്കാതെ പറഞ്ഞാൽ നേരത്തെ പറഞ്ഞമട്ടിൽ 'വകേല്' വരുത്താം. വയലിനക്കരെ ആൾക്ക് ചെറിയൊരു വീടുണ്ട്. എന്തുകൊണ്ടോ കല്ല്യാണവും കുട്ടികളും പ്രാരാബ്ധങ്ങളും വേണ്ടെന്ന് വച്ചു. തലയ്ക്ക് പിടിക്കുന്നത്ര പഠിപ്പൊന്നുമില്ല, അധ്വാനിക്കാൻ വലിയ താല്പര്യവുമില്ല. ഇടയ്ക്കെപ്പോഴോ കുറച്ചുനാൾ വടക്കേയിന്ത്യയിൽ ഒരു കമ്പനിയിൽ ജോലി ചെയ്തിരുന്നു. അക്കാലത്താണ് പാന്റും ഷർട്ടും ധരിച്ചു ഒരു കണ്ണാടിയുമൊക്കെ ഫിറ്റ് ചെയ്ത് ആൾ അവധിക്ക് വന്നത്. 'നാണുമ്മാൻ' എന്ന വിളിയിൽ പരിഷ്കാരം തോന്നാതെ ഞങ്ങൾ കുട്ടികളോട് മേലാൽ 'അങ്കിൾ' എന്നുമതിയെന്നു പകുതി അപേക്ഷ സഹിതം ഉത്തരവുമിട്ടു.

ആയിടയ്ക്കാണ് കുട്ടേട്ടനും അവധിക്കു വന്നത്. പട്ടണത്തിൽ കോളേജിൽ പഠിക്കുന്ന കുട്ടേട്ടന് മറ്റൊരാൾ അങ്ങനെ പരിഷ്കാരിയാവുന്നത് സഹിച്ചില്ല. "കുട്ടേട്ടാ അങ്കിൾ വരണുണ്ട് . "

"അങ്കിളോ? അതാരപ്പാ?"

"വയലക്കരെള്ള..."

"ആര് നാണുമ്മാനോ?"

"അങ്ങനെ വിളിക്കേണ്ടാന്നാ പറഞ്ഞെ."

"ഓഹോ!"

പടികടന്നു വെളുക്കെച്ചിരിച്ചുകൊണ്ട് കയറിവന്ന നാണുമ്മാനെ കുട്ടേട്ടൻ എഴുന്നേറ്റുനിന്നു ഉപചാരത്തോടെ സ്വീകരിച്ചു. "വരണം അങ്കിൾ നാണുമ്മാൻ..."

ആ പേര് അമ്പലപ്പറമ്പിലും കുളക്കടവിലും ചായക്കടയിലും കള്ളുഷാപ്പിലുമൊക്കെ അങ്ങുറച്ചു. ജോലി മതിയാക്കി നാട്ടിലെത്തിയിട്ടും തലനരച്ചു കാർന്നോരായിട്ടും അത് മാറിയില്ല.

'വയസ്സായൊരാൾ ഒറ്റയ്ക്കല്ലേ' എന്നുകരുതി രാധേട്ടത്തിയാണ് തറവാട്ടിലേക്ക് കൂട്ടിയത്. "എന്റെ മാലിനീ, എങ്ങനെ കണ്ടില്ലാന്ന് വയ്ക്കാനാ? ഒന്നുമില്ലേലും നമ്മുടെ കുടുമ്മല്ലേ?" അങ്ങനെയാണ് തറവാടിന്റെ സാംസ്കാരിക ഐക്കൺ നാണുമ്മാൻ വടക്കേമുറിയിൽ കുടിവയ്ക്കപ്പെട്ടത്.

കഴിഞ്ഞ കൊല്ലം മകൾ നീരജയുടെ പ്രസവസമയത്ത് നാണുമ്മാനെ ഏറ്റെടുക്കാൻ ആളില്ലാത്ത കാരണംകൊണ്ട് രാധേട്ടത്തിക്ക് സിംഗപ്പൂർക്ക് പോകാനായില്ല. "ഒന്നാം പിറന്നാളിന് പോയേ തീരൂന്ന് നീരജ നിർബന്ധം പറഞ്ഞിരിക്കുന്നു. എന്താ ചെയ്യുക?"

അങ്ങനെയാണ് കൃഷ്ണൻകുട്ടി പ്രവേശിക്കുന്നത്. മാസം ഒരുപാട് വലുതല്ലാത്തൊരു തുകയ്ക്ക് അവൻ നിയമിക്കപ്പെട്ടു. നാണുമ്മാൻ വയലക്കരയ്ക്ക് താമസം മാറി. "ഇത്രേം വല്ല്യ വീട്ടിൽ പാടാണ് ചേച്ചീ" എന്ന് കൃഷ്ണൻകുട്ടി തന്നെയാണ് പറഞ്ഞത്.

"അവിടെ അതിന് സ്റ്റവ് ഒന്നുമില്ലെടാ. "

"അടുപ്പ് മതി. ഞങ്ങൾ രണ്ടാളല്ലേ ഉള്ളൂ."

രണ്ടുമാസത്തേക്ക് രാധേട്ടത്തി പറന്നു. ഇടയ്ക്കൊന്ന് നാണുമ്മാനെ അന്വേഷിക്കാനുള്ള ധാർമ്മിക ഉത്തരവാദിത്തമുള്ളതുകൊണ്ടാണ് ഞാൻ ചെന്നത്. ഒരുമാസമായില്ലേ!

"നാണുമ്മാൻ എവിടെ കൃഷ്ണൻകുട്ടീ?"

"നടക്കാനിറങ്ങിയതാ ചേച്ചീ."

നടക്കാനോ? ഇവനെന്താ ആളെ കളിയാക്കുകയാണോ?

"ഒന്നും പറയേണ്ട ചേച്ചീ. ഇപ്പൊ എന്നും വൈകിട്ട് അങ്കിൾ നടക്കാനിറങ്ങും. കായല് വരെ. വരുമ്പോ മീനും വാങ്ങി വരും."

"മീനോ?"

"മീനില്ലാണ്ട് അങ്കിളിന് പറ്റില്ല."

നാണുമ്മാന്റെ കാര്യമാണോ ഇവൻ പറയുന്നത്!

"എന്റെ ചേച്ചീ, കഞ്ഞി കണ്ടാൽ അങ്കിളിന് കലിയാണ്. രണ്ടുനേരോം ചോറുതന്നെ വേണം. രാവിലെ പലഹാരോം. പറഞ്ഞാൽ വിശ്വസിക്കോ ആരേലും? ഇപ്പൊ കണ്ണടയില്ലാണ്ടാ പത്രം വായിക്കുന്നെ."

അപ്പോഴേക്കും നാണുമ്മാൻ എത്തി. അവസാനം ഞാൻ കണ്ട നാണുമ്മാന്റെ അനിയൻ എന്നുപറയാം.

"മോളെപ്പോഴാ വന്നേ? ഇരിക്ക്. കൃഷ്ണാ, ഇന്നാ പിടിക്ക്. മുളകിട്ടു വയ്ക്കാം. മോൾക്ക് ചായ കൊടുക്ക്."

ഫോണിൽ ഇതൊക്കെ കേട്ട് രാധേട്ടത്തി അന്തംവിട്ടു പോയി. "ആ ചെക്കന്റെ കുത്തിത്തിരുപ്പാവും ഇതൊക്കെ."

"ഞാൻ നേരിട്ട് കണ്ടതല്ലേ! ഇപ്പൊ ഉള്ള എഴുപതും കൂടി തോന്നില്ല. അത്ഭുതം തന്നെ!"

അതിലും വലിയ അത്ഭുതം വരാനിരിക്കുന്നതേയുള്ളൂ എന്ന് ഞങ്ങൾ അറിഞ്ഞില്ല.

ഇന്നലെയാണ് രാധേട്ടത്തി എത്തിയത്. കുറച്ചുമുൻപ് വിളിച്ചു. "എടീ നാണുമ്മാൻ..."

"അയ്യോ എന്താ പറ്റിയത്?"

"പറ്റിയതല്ല, പറ്റിച്ചതാ!"

"എന്താ ഏട്ടത്തി?"

"നമ്മടെ തെക്കേലെ സുമതിയില്ലേ? കൃഷ്ണൻകുട്ടീടെ പേരമ്മ?"

"ഇത്തിരി അപസ്മാരംള്ള?"

"അതന്നെ. നാണുമ്മാൻ അവരെ കല്ല്യാണം കഴിച്ചൂടി!"

"കല്ല്യാണോ?"

"അതേന്ന്. അമ്പലത്തില് വച്ചിട്ടായിരുന്നു. ഇന്നലെ. ഇനിയിപ്പോ ഇങ്ങോട്ടേക്കില്ലന്നാ മട്ട് കണ്ടിട്. എല്ലാരും ചിരിക്കാ. എന്റെ തോലുരിഞ്ഞു പോയി."

എനിക്കു ചിരിയും ഞെട്ടലും ഒരുമിച്ചാണ് വന്നത്.

"എന്നിട്ട് നീ കേൾക്ക് പൂരം. ഇന്ന് വെളുപ്പിന് രണ്ടാളും കൂടി വന്നു. അവർടെ അമ്മായികളി സഹിക്കാൻ വയ്യ.അമ്മെണ്ടായിരുന്നപ്പൊ നമ്മടെ മുറ്റത്ത് കൂടി നിക്കാത്തൊരാ!"

"പഴേ കാലാണോ ഏട്ടത്തി!"

"ഇറങ്ങാൻ നേരത്ത് തന്ത ഡാവിനു വന്ന് പറഞ്ഞതെന്താന്ന് കേൾക്ക്. വയലക്കരെള്ള വീട് കാലശേഷം എനിക്കെഴുതി വച്ചൂലോ പണ്ട്- ഞാൻ ചോദിച്ചിട്ടോ പറഞ്ഞിട്ടോ അല്ലേ - അതിപ്പോ റദ്ദാക്കണൂന്ന്. അല്ലെങ്കിലിപ്പോ ആ ചെറ്റപ്പെര കണ്ടിട്ടാണല്ലോ ഇത്രേംനാള്!"

ഞാൻ പൊട്ടിച്ചിരിച്ചുപോയി.

"എന്റെ ഏട്ടത്തീ, വിട്ടുകളയ്ന്ന്. ജനറേഷൻ ഗ്യാപ്പ്! ഇനി അങ്കിൾ നാണുമ്മാനെ കാണുമ്പോ എന്റെ വകകൂടി ഒരു 'ഹാപ്പി മാരീഡ് ലൈഫ്' ആശംസിക്കണേ."

4

ഭാസുരി

അവൾ - എന്റെ സുഹൃത്ത്,

അല്ല -എന്റെ ആത്മാവിന്റെ ഭാഗം,

അതുമല്ല -ഞാൻ.

സ്വപ്നങ്ങളിലെ ഞാൻ.

ഇതു ഞങ്ങളെക്കുറിച്ചാണ്.

ഞാൻ ഈശ്വരന്റെ ഒരു അക്ഷരത്തെറ്റാണ് എന്നു പലപ്പോഴും തോന്നിയിട്ടുണ്ട്. സൗന്ദര്യവും സംഗീതവും നിറഞ്ഞ കൽപ്പാത്തിയിൽ സ്വരശുദ്ധിയില്ലാത്ത, സ്വർണ്ണവർണ്ണമില്ലാത്ത ഞാൻ. പട്ടുപാവാടയും കനകാംബരവും കർണ്ണാടകസംഗീതവും കൊണ്ട് എന്നെയും അവർ അലങ്കരിക്കാൻ ശ്രമിച്ചിരുന്നു. അഗ്രഹാരച്ചുമരുകൾക്കിടയിലെ ഇരുളിൽ ഞാൻ കഥയാടിയ വേഷം എനിക്ക് യോജിക്കില്ലായിരുന്നു.

അവൾ, എന്റെ ഇല്ലായ്മകളെ മറക്കാൻ കൂട്ടുനിന്ന എന്റെ ഷബ്നം. പ്രീഡിഗ്രി ക്ലാസ്സുമുറികളിൽ, ഹോസ്റ്റൽ മുറിയിൽ, കോളേജിലെ മരച്ചുവടുകളിൽ - പിന്നീട് മിഥ്യാലോകത്തിന്റെ മായക്കാഴ്ചകളും ഭ്രമങ്ങളും ഉന്മാദവുമെല്ലാം ആദ്യപ്രണയത്തോടൊപ്പം തന്നെ മാറ്റിവച്ചതു മുതൽ അവൾ തൊട്ടറിയാവുന്ന,കണ്ടുപഠിക്കാവുന്ന, സത്യത്തിൽ മാത്രം വിശ്വസിച്ചു. ശാസ്ത്രമാണ് തന്റെ വഴിയെന്നുറപ്പിച്ചു; അങ്ങനെ ഞങ്ങൾ അകന്നു. ശ്വാസവായുവിലെ സംഗീതം തേടി ഞാൻ കാശിയിലേക്ക്, അവൾ ഊർജ്ജകണങ്ങളുടെ സൂക്ഷ്മതയിലെ ഭാവവിന്യാസങ്ങളിലേക്ക്.

അറിയാൻ ശ്രമിച്ചപ്പോഴെല്ലാം ഒരു സ്ഫടികഭരണി പോലെ പലതലങ്ങളിലേക്കു ചിന്നിച്ചിതറിയ യാഥാർത്ഥ്യവും ഷ്രോഡിങ്ങറിന്റെ വാക്യവും പൂച്ചയുമെല്ലാം അവൾക്ക് ജനിമൃതികൾക്കിടയിലെ ആത്മായനമായി, ഉണർവ്വിനും നിദ്രയ്ക്കുമിടയിലെങ്ങോ കാണുന്ന കനവായി, തനിക്കും ഈശ്വരനുമിടയിലുള്ള പ്രാർത്ഥനയും സന്ത്രാസവുമായി. ഒടുവിൽ

വഴിതെറ്റിയൊഴുകിയ പുഴ പോലെ അവൾ പുതിയ തീരങ്ങൾ തേടി അലഞ്ഞു. ആത്മാക്കൾ മിന്നാമിനുങ്ങുകളാവുന്ന തിരുനെല്ലിക്കാട്, ദശാശ്വമേധഘട്ടിലെ ആരതി ജ്വലിപ്പിച്ച സന്ധ്യകൾ, ചാർമിനാറിനടുത്ത് ആയിരം തരിവളകളുടെ കിലുക്കം,ഹാജി അലി ദർഗയിലെ ഖവാലി രാവുകൾ, ആട്ടിൻചോര മണക്കുന്ന ക്ഷേത്രത്തിലെ അമ്മ- ഒടുവിൽ എങ്ങുമെങ്ങും തങ്ങിനിൽക്കാതെ

അവൾ എന്നിലേക്ക് മടങ്ങിയെത്തി.

അവളുടെ പ്രണയകഥകളെല്ലാം ഒരു പൊട്ടിച്ചിരിയിലാണ് അവസാനിപ്പിക്കാറ്.

"നോക്കൂ പദ്മേ, പതിനെട്ടു തികയാത്തൊരു കുഞ്ഞുണ്ടായിരുന്നു- എന്തൊക്കെയോ വിഷാദം താങ്ങാൻവയ്യെന്നു കരഞ്ഞുനടന്ന വഴിക്ക് എന്നെ കണ്ടു. എന്നോട് പ്രണയമാണെന്ന്! കരയാനല്ലാതെ പാടാനറിയുമോ എന്നു ഞാൻ ചോദിച്ചു. ഒരു രാത്രി മുഴുവൻ അവൻ മധുവന്തിയായി. പുലർന്നപ്പോൾ അവൻ അടുത്തില്ല. ഒരു കടലാസ്സിൽ പോകുന്നു എന്നു മാത്രം- അല്ല, 'പോകുന്നു അമ്മേ' എന്ന്!"

ആകെ അവളുടെ കണ്ണിൽ ഒരുതുള്ളി നീർ വരുത്തിയത് അവനാണ്. പേരില്ലാത്ത ഫക്കീർ. സംഗീതവും ഭ്രാന്തും സ്നേഹവും- അവൾക്ക് അവൻ പ്രിയപ്പെട്ടവനായിരുന്നു.

"ചൂഡീ ബസാറിൽ-ഒരു റമദാൻ കാലത്താണ്- രാത്രി ഉറങ്ങാതെ ചിരിച്ചു നിന്ന വളകൾക്കിടയിൽ വച്ച്- അവിടെവച്ചാണ് അവനെനിക്ക് ഭാഗ്മതിയുടെ കഥ പറഞ്ഞുതന്നത്. ഒരു നഗരം മുഴുവനും പേരിലുണ്ടായിട്ടും അജ്ഞാതമായ ഏതോ കബറിടത്തിൽ, അല്ലെങ്കിൽ വെറും പൊയ്ക്കഥയിൽ, ഉറങ്ങുന്ന ഹൈദർ മഹൽ- അതു ഞാനാണെന്ന് പറഞ്ഞപ്പോൾ അവൻ സുൽത്താനായി. ഈ ജന്മത്തിൽ ഇതേയുള്ളൂ എന്നുപറഞ്ഞു ഒരുപാടു കുപ്പിവളകൾ അവനെന്നെ അണിയിച്ചു. പച്ചനിറമുള്ള വളകൾ. 'അവസാനത്തേതും പൊട്ടുമ്പോൾ നിന്റെ മനസ്സിൽ നിന്നു ഞാൻ പൂർണ്ണമായി മായും, ഇനിയുള്ള ജന്മത്തിൽ വീണ്ടും ഉടയാത്ത പൊൻവളകളുമായി വരാം ഭാഗ്മതീ' എന്നവൻ പറഞ്ഞു. "അവളുടെ കയ്യിലെ ഒറ്റവളയുടെ പച്ചപ്പ് ഓർമ്മകളുടെ പായലെന്നു ഞാൻ മനസ്സിലാക്കി.

പണ്ടെന്ന പോലെ അവൾ എന്റെ നിഴൽക്കഥകളിൽ വീണ്ടും ആടിനിറഞ്ഞു. മന:പൂർവ്വം മറന്നതെല്ലാം വീണ്ടും മനസ്സു കണ്ടെടുത്തു. ചില രാത്രികളുടെ സ്വപ്നങ്ങളിൽ ഞാൻ ഘനശ്യാമവർണ്ണനായപ്പോൾ എന്റെ ഭാസുരിയുടെ നാദം തേടിയെത്തിയ കാമിനി രാധയ്ക്ക് അവളുടെ മുഖമായി. എന്റെയീ പെൺശരീരത്തിന്റെ വരമ്പുകൾ തകർത്ത് ഞാനും ഏതെങ്കിലും ജന്മത്തിൽ വരാമെന്ന് മനസ്സിൽ ആയിരംവട്ടം അവളോട് പറഞ്ഞു.

ആത്മഹത്യാക്കുറിപ്പ് പോലെയുള്ള ആ വിളർത്ത കത്തു കിട്ടിയ ഉടനെ ഞാൻ അവളുടെ അരികിലേക്ക് ഓടിയെത്തി. അവളുടെ അടിവയറ്റിൽ കനം വച്ചു തുടങ്ങിയിരുന്നത് അവന്റെ സ്നേഹമോ എന്നു ഞാൻ ചോദിച്ചില്ല. അവൾ തീർക്കുന്ന വർണ്ണവിസ്മയങ്ങളിൽ ഭ്രമിച്ചു വന്ന സുഹൃത്തുക്കളിൽ ആരുമാകാം- കറുപ്പുകൊണ്ട് മാത്രം വരയ്ക്കൂ എന്ന് പറയാറുള്ള അരുണോദയ്, പുതിയൊരു വർണ്ണം ചാലിച്ചെടുക്കാൻ പറഞ്ഞ താരക്, നീലക്കണ്ണുകളും നീളൻ മുടിയുമുള്ള ചിത്രകാരൻ - ആരുമാകാം.

അവളെ തിരിച്ചുകൊണ്ടുവരാൻ മാത്രമായി ഭാസുരിയിൽ ഞാൻ രാത്രിമുഴുവൻ രാഗങ്ങൾ മാറിമാറി വായിച്ചു. എപ്പോഴോ പൊട്ടിക്കരഞ്ഞുകൊണ്ട് അവൾ പറഞ്ഞ കഥയിൽ സ്നേഹമില്ലായിരുന്നു. നരച്ച താടിയും ചുളിഞ്ഞ മുഖവുമുള്ള ഒരു അഗതി വൃദ്ധനും തോരാതെ പെയ്തൊരു രാമഴയും മറക്കാനാവാതെ കാലം അവളിലെ ചുവപ്പിനെ അപഹരിച്ചു രണ്ടു വരകളായി തെളിഞ്ഞപ്പോൾ യാത്ര മതിയാക്കാമെന്നു അവൾ തീരുമാനിച്ചു.

അവളോടൊപ്പമാണ് ഇന്ന് ഞാൻ. രണ്ട് അമ്മമാരുടെ കുഞ്ഞുമായി. ആർക്കാണ് സ്നേഹം കൂടുതലെന്ന് വെറുതേ തർക്കിച്ച് ഒടുവിൽ ഞാൻ 'ശലമോന്റെ കൊട്ടാരത്തിലേക്ക് നടക്കൂ' എന്നാജ്ഞാപിക്കുമ്പോൾ അവൾ ചിരിക്കാറുണ്ട്. എന്റെ ഭാസുരിയിലെ പ്രണയത്തിനിപ്പോൾ താരാട്ടിന്റെ താളം. അവൾ വെറുതേ ചാലിച്ചു വച്ച ചായക്കൂട്ടിനും പുതിയ വർണ്ണം.

5

ശില്പി

സുമന - അവൾ ശില്പിയാകാൻ തന്നെ ജനിച്ചതാണ്. ആദ്യത്തെ ഓർമ്മകളിലെ ഏകാന്തതയിൽ തുടങ്ങി

മേഘങ്ങളിൽ, കടൽത്തിരകളിൽ, പൂർണ്ണചന്ദ്രനിൽ, നക്ഷത്രസമൂഹങ്ങളിൽ, നിഴലുകളിൽ, ചായക്കോപ്പയിലെ പതയിൽ, നീർക്കുമിളയുടെ പ്രതലത്തിലെ വർണ്ണങ്ങളിൽ - എല്ലാത്തിലും അവൾ രൂപങ്ങൾ തിരഞ്ഞുകൊണ്ടേയിരുന്നു. പിന്നീടെപ്പോഴോ അവളുടെ വിരലുകളാൽ രൂപങ്ങൾ ഉണർന്നുതുടങ്ങി. കുഴച്ച മണ്ണിന് ജീവന്റെ ചൂടുപകർന്ന് അവൾ ശില്പങ്ങളുണ്ടാക്കി. പഠിക്കുമ്പോൾ പകുതിയുടഞ്ഞതും ചന്തം തികയാത്തതുമെല്ലാം അവൾക്കായി മാറ്റിവച്ചു. രാത്രി അവയെല്ലാം അവളുടെ സ്വപ്നങ്ങളിൽ യുദ്ധഭൂമിയിലെ കബന്ധങ്ങളായി നൃത്തമാടി. മുലപ്പാലിനൊപ്പം ജീവരക്തവും ഊറ്റിക്കുടിക്കുന്ന പിശാചിനെയും സ്നേഹിക്കുന്ന അമ്മമനസ്സോടെ അവൾ പകലുകൾ അവയ്ക്കൊപ്പം കഴിഞ്ഞു. പകുതിമാത്രം വളർന്ന ഭ്രൂണങ്ങളെ പോലെ കുറേ ശില്പങ്ങൾ, അതിൽനിന്നൊക്കെ വൈകല്യത്തിന്റെ പക ഒഴുകി. ദു:സ്വപ്നങ്ങളുടെ ചെകുത്താൻകോട്ടയിൽ അപൂർണ്ണതയുടെ ശാപം വമിക്കുന്ന ശില്പങ്ങൾ അവളെ വിഴുങ്ങുമെന്ന് ഞങ്ങൾ പേടിച്ചു.

"ഇതിനൊക്കെ ഞാൻ പേരുകളും കൊടുത്തിട്ടുണ്ട്."-തീരെ അപൂർവ്വമായ ആ പുഞ്ചിരിയോടെ അവൾ ഒരുദിവസം പറഞ്ഞു -" ദേ അതാണ് പൂനം-" മുഖത്തിന്റെ ഒരു വശം പൊടിഞ്ഞ ഒരു ശില്പം. "ആസിഡ് വീണു മുഖത്തിന്റെ പകുതി നഷ്ടമായി അവൾക്ക്. ഒരുപാട് വേദന തിന്നു. സ്നേഹം എന്നും പറഞ്ഞ് ഒരുത്തൻ നീട്ടിയത് സ്വീകരിക്കാത്തതിന്റെ ശിക്ഷ. പതിനാറു വയസ്സായിരുന്നു അവൾക്ക്. "

സുമനയുടെ യാത്രകൾ അവൾക്ക് ഇങ്ങനെ ഒരുപാട് പേരുകൾ സമ്മാനിച്ചു. മുഖം നഷ്ടപ്പെട്ടു നീറി മരിച്ച പൂനം, പട്ടിണി മാറ്റാൻ ഏതോ ഫാക്ടറിയിൽ

ജോലിക്ക് പോയി യന്ത്രത്തിൽ കുടുങ്ങി ഒരു കൈ നഷ്ടപ്പെട്ട അരുണോദയ, അപകടത്തെത്തുടർന്ന് കാലുകൾ മുറിച്ചുമാറ്റിയ നർത്തകൻ ഘനശ്യാം- അപൂർണ്ണതകളുടെ കഥകളുടെ നടുവിൽ അവൾ ജീവിച്ചു.

"നിങ്ങളുടെ വിവാഹത്തിന് ഞാൻ ഒരു ശിൽപം സമ്മാനിക്കും."- അവൾ ഞങ്ങളോട് പറഞ്ഞു. "എന്താണത്?" മാധവി തിരക്കി. "അർദ്ധനാരീശ്വരൻ- മുഖത്തിന്റെ ഒരു ഭാഗം ധ്രുവനും മറ്റേ പകുതി മാധവിയും."ഞങ്ങൾക്കായി അവൾ അത് ഉണ്ടാക്കിത്തുടങ്ങിയിരുന്നു. പിന്നീട് മാധവി മറ്റൊരാളുടെ വധുവായപ്പോൾ അവൾ അത് എറിഞ്ഞുടച്ചു. അവൾ അപ്പോൾ വല്ലാതെ കരയുന്നുണ്ടായിരുന്നു.

"ധ്രുവൻ, നിങ്ങൾക്കറിയാമോ, ഞാൻ രണ്ടാം തവണയാണ് ഇങ്ങനെ ഒരു ശിൽപം ഉണ്ടാക്കുന്നത്. ആദ്യത്തേതിൽ പകുതി ഞാനായിരുന്നു."

അവളുടെ കഥ കേട്ടിട്ടുണ്ട്. അയാളുടെ ആത്മഹത്യ അവളെ വല്ലാതെ ഉലച്ചു. എന്തിനെന്നറിയാതെ, ഉത്തരങ്ങളില്ലാതെ, മതിഭ്രമം പിടിച്ച മനസ്സുമായി അവൾ കുറച്ചുനാൾ ആശുപത്രിയിൽ ജീവിച്ചു. ഒരിക്കലും അവൾ അയാളെക്കുറിച്ച് സംസാരിച്ചിട്ടില്ല. എനിക്ക് ഭയമായി.

" നിങ്ങൾ ഒന്നിക്കേണ്ടാവരാണെന്നു ഉറപ്പായിരുന്നു എനിക്ക്. ഞങ്ങളും അങ്ങനെയായിരുന്നു. ഇപ്പോൾ തോന്നുന്നു ഞാൻ ആ ശിൽപം ഉണ്ടാക്കിയതുകൊണ്ടാണ് ഇങ്ങനെയൊക്കെ സംഭവിച്ചതെന്ന്. "

"വിഡ്ഢിത്തം പറയാതെ. ഞങ്ങൾ ഒരുമിച്ചു ആലോചിച്ചെടുത്ത തീരുമാനമാണ്. "

"അല്ല, നിങ്ങൾക്ക് അറിയാഞ്ഞിട്ടാണ്. ചിലപ്പോൾ എന്റെ വിരലുകളിൽ ശാപത്തിന്റെ കറയുണ്ടാവും. പഴയ ശിൽപിയുടെ കഥ കേട്ടിട്ടില്ലേ?"

മകളെ മോഹിച്ച ശിൽപിയുടെ കഥ അവൾക്ക് ആരോ പറഞ്ഞുകൊടുത്തിരുന്നു. പണ്ടുപണ്ട് വളരെ പ്രതാപത്തിൽ കഴിഞ്ഞുവന്ന ഒരു രാജശിൽപിയുടെയും മകളുടെയും ശിഷ്യന്മാരുടെയും കഥ. സ്ഥാനമാനങ്ങളും സ്വത്തും മകളെയും കൈമാറാൻ പിൻഗാമി ആരെന്ന ചോദ്യം വന്നു. സ്വഭാവഗുണം കൊണ്ട് ശിൽപ്പിക്ക് പ്രിയം ദേവദത്തനും സുന്ദരിയായ വല്ലരിയുടെ മനസ്സിൽ സുഭഗനായ ഇന്ദുചൂഡനും. കുടുംബത്തിലെ പതിവുപോലെ ശിൽപ്പി കഴിവിന് മുൻതൂക്കം നൽകി. വൈശാഖപൗർണ്ണമിക്കു മുൻപ് ലക്ഷണമൊത്ത ഒരു നാരീശിൽപ്പം തീർക്കുക. വല്ലരി ഭയന്നു. തന്റെ അമ്മയ്ക്ക് സംഭവിച്ചത് തനിക്കും വന്നുപെടുമോ? മോഹിച്ചയാൾ കൈവിട്ടുപോകുമോ?

ഇന്ദുചൂഡന്റെ കഴിവിൽ സംശയമില്ല, പക്ഷേ ദുർവിധി ഒരു കൈത്തെറ്റിന്റെ രൂപത്തിൽ വന്ന് എല്ലാം തകർത്താലോ എന്നവൾ ഭയന്നു. നേർച്ചകളും

പ്രാർത്ഥനയുമായി അവൾ ദിവസങ്ങൾ തള്ളിനീക്കി.

ഒരു രാത്രി ഇന്ദുച്ചൂഡൻ കണ്ട സ്വപ്നത്തിൽ അവൾ വന്നു- അതീവസുന്ദരിയായ പെൺകുട്ടി. ജ്വലിക്കുന്ന കരിനീലമിഴികളും അത്യധികം സുന്ദരമായ പുഞ്ചിരിയും. അവൾ അയാളുടെ ശിൽപ്പമായി. ദേവദത്തന്റെ ശിൽപം അതിമനോഹരമെങ്കിലും വിജയിച്ചില്ല.

"ദേവാ, നീ നാളെത്തന്നെ വാരാണസിക്ക് പുറപ്പെടുക. ഇടയ്ക്ക് ഒരു വനത്തിൽ എവിടെയെങ്കിലും നിനക്ക് വഴിതെറ്റിയതായി തോന്നിയാൽ അവിടെ കാത്തിരിക്കുക. ഒരു സിദ്ധൻ നിന്നെ തേടിയെത്തും. അയാൾ നിന്റെ ശിൽപം പോലെയൊരു കന്യകയെ നിനക്കു നൽകും. ഉപജീവനത്തിനുള്ള വഴിയും അദ്ദേഹം കാട്ടിത്തരും."

ഇന്ദുച്ചൂഡന്റെയും വല്ലരിയുടെയും വിവാഹത്തിനു ശേഷം ഗുരു ദേശാടനത്തിനിറങ്ങി. ഇന്ദുച്ചൂടന്റെ മനസ്സ് അസ്വസ്ഥമായിരുന്നു. തന്റെ ശിൽപ്പത്തിലെ പെൺകുട്ടിയുടെ അഴക് അയാളെ ഭ്രമിപ്പിച്ചു. മത്സരത്തിൽ തോറ്റിരുന്നെങ്കിൽ അവൾ സ്വന്തമായേനെ എന്ന തോന്നൽ നാൾതോറും ഏറിവന്നു. ഒടുവിൽ ഗർഭവതിയായ വല്ലരിയെ ഉപേക്ഷിച്ച് അയാൾ യാത്ര ആരംഭിച്ചു.

വർഷങ്ങൾ കടന്നുപോയി. വല്ലരിയുടെ മകൾ താൻ ജനിക്കുംമുൻപേ തന്റെ ശിൽപം തീർത്ത അച്ഛനെ കാത്ത് അമ്മയോടൊപ്പം കഴിഞ്ഞു.

"ഇന്ദുച്ചൂഡൻ? അയാൾക്ക് എന്തുസംഭവിച്ചു?"

"ആർക്കറിയാം! ശപിക്കപ്പെട്ടവൻ. ഒരുവാക്ക് പറയാതെ സ്നേഹം ഉപേക്ഷിച്ചു ഒരു ഭ്രമത്തിന് പിന്നാലെ പോയവൻ. "- സുമനയുടെ കണ്ണുകളിൽ തീയാളി-"ധ്രുവൻ, നിങ്ങളിനി ഇവിടേക്ക് വരരുത്."

"എന്തുകൊണ്ട്?"

"സ്നേഹത്തിന്റെ നഷ്ടം- അതെല്ലാംകൂടി എനിക്ക് വയ്യ. എന്റേത് തന്നെ അധികമാണ്."

പിന്നീട് അവളെ കണ്ടിട്ടില്ല. ഏതോ കടയിൽ അവളുടെ മുഖമുള്ള ഒരു ശിൽപ്പം കണ്ടു. അതിന്റെ ഹൃദയഭാഗം ശൂന്യമായിരുന്നു.

6

തുരിയ

ഉന്മാദസഞ്ചാരങ്ങളിലൊന്നിൽ നിത്യവേനലിന്റെ താഴ്‌വാരത്തുള്ള ആ വീട്ടിലാണ് എന്റെ വാല്മീകമുടഞ്ഞത്. ഉച്ചവെയിൽ വീണ് പഴുത്ത ഓടുകൾക്ക് മുകളിൽ ഇടയ്ക്കിടെ തെളിയുന്ന വെള്ളപ്പൂച്ചയും, ചിമ്മിനിപ്പുകയായി മേഘങ്ങളിലേക്ക് പറക്കാൻ "ഇത് നിന്റെ ശരീരമാണ് " എന്ന അരുളപ്പാടും ചേർത്ത് ഓസ്തികൾ ചുട്ടെടുക്കുന്ന അടുക്കളയും, ഓർമ്മകൾ മാറ്റൊലികളായി സംസാരിക്കുന്ന മുറികളുമുള്ള വീട്. എന്നെ അവിടെയെത്തിച്ചത് ഏത് ദിവാസ്വപ്നമാണ്?

പകപ്പോടെ, കനത്ത ഒച്ച മുഴക്കുന്ന കാലടികളോടെ, അവിടെ ഞാൻ ചെന്നുകയറിയപ്പോൾ മുതൽ ആ പൂച്ച കൂടെയുണ്ട്. അതിനെ പിന്തുടർന്നാണല്ലോ കനമുള്ള ഈ പെട്ടിയുമായി ഞാനവിടെ ചെന്നത്. യാത്രയുടെ തളർച്ചയകറ്റാൻ ഒന്ന് വിശ്രമിക്കാൻ ചെന്നതാണവിടെ.

ഒളിഞ്ഞും തെളിഞ്ഞും നിൽക്കുന്നത് കൊണ്ട് 'ചെഷയർ പൂച്ചേ' എന്ന് വിളിച്ചാലോ എന്നോർത്തു; മുഖത്ത് വലിയൊരു ചിരി കാണാത്തതുകൊണ്ട് വേണ്ടെന്നു വച്ചു. ഇതൊരു അത്ഭുതലോകമല്ല, ഞാൻ മുയൽമാളത്തിലൂടെ ഊർന്നുവന്ന ആലീസെന്ന കുട്ടിയുമല്ല. സ്വീകരണമുറി കടന്ന് ആദ്യത്തെ മുറിയിലേക്ക് പൂച്ചയ്ക്കൊപ്പം നടന്നുകയറുമ്പോൾ ഭയമായിരുന്നു ഉള്ളിൽ.

ജനാലകളില്ലാത്ത മുറിക്കുള്ളിൽ ചുമരുകൾ സംസാരിച്ചുതുടങ്ങി. ഞാൻ ജാഗ്രതയോടെ കേട്ടു. ആ സംഭാഷണം എന്റെ ഓർമ്മയിൽ നിന്നുള്ളതെന്ന് പെട്ടെന്ന് തിരിച്ചറിഞ്ഞു.

"ഏട്ടാ, ആ പാവം പൂച്ച ചത്തുപോയോ?"

"അതിന് അതൊരു പൂച്ചയല്ലല്ലോ അപ്പൂ, ചിന്തയല്ലേ!"

"അപ്പോ അങ്ങനൊരു പൂച്ചയും പെട്ടിയുമില്ലേ?"

"ഇല്ലേയില്ല."

"വെറുതേ ചിന്തിച്ചാൽ അപകടമില്ല, അല്ലേ?"

നിശബ്ദതയ്ക്കു മീതെ പൂച്ച മുരണ്ടു. ഓഹ്, ഇപ്പോഴാണ് ആളെ മനസ്സിലായത്. ചിന്തയായാലും ആളുണ്ട്. എത്രയോ മനുഷ്യർ ചിന്തിച്ച പൂച്ച, നീ ഉണ്ടായി വന്നതിൽ അത്ഭുതമില്ല!

അടുക്കളയിൽ ഗോതമ്പ് മാവ് വച്ചിരിക്കുന്നത് കാട്ടി ഓസ്തി അപ്പങ്ങൾ ചുട്ടെടുക്കാൻ ആജ്ഞാപിച്ചത് പൂച്ചയാണ്. "ഇത് നിന്റെ ശരീരമാണ്. എത്രാമത്തെ ഓസ്തിയിൽ അത് തീരുമെന്ന് അറിയില്ല. മാവ് അതിന് മുൻപേ തീർന്നാൽ നിനക്ക് രക്ഷപ്പെടാം. ഇല്ലെങ്കിൽ നിനക്ക് മരണം. ഇത് എന്റെയൊരു പരീക്ഷണം. എങ്ങനെയുണ്ട്?"

"പകരത്തിനുപകരം, കൊള്ളാം പൂച്ചേ! പക്ഷേ എന്നോടെന്തിന്?"

"മനസ്സിലിട്ട് എത്ര വട്ടം നീയെന്നെ കൊല്ലാക്കൊല ചെയ്തു. സാധ്യതകളുടെ കണക്ക് ഞാനുമെടുക്കട്ടെ."

എന്റെ മുഖത്തെ ഭയം കണ്ടാവണം, പൂച്ച പെട്ടെന്ന് പൊട്ടിച്ചിരിച്ചു. "കൊള്ളാം, നല്ല ധൈര്യം! ഒരു പേരാൽച്ചുവട് കൂടി മതി ബുദ്ധനാവാൻ എന്ന നാട്യം, എന്നിട്ട് ഒരു ഇല്ലാപ്പൂച്ചയെ പേടി. ഞാൻ വെറുതേ ഒരു തമാശ ഒപ്പിച്ചതാണെടോ വിഡ്ഢീ. വാ, നമുക്ക് അടുത്ത മുറി കാണാം. "

ചന്ദനം മണക്കുന്ന മുറിയിൽ ഒരു സ്വപ്നത്തിലെന്നപോലെ ഞാൻ നിന്നു. ഏത് ഓർമ്മയാണ് ഇവിടെ എന്നെ കാത്തിരിക്കുന്നത്?

"എല്ലാം ഒരിക്കൽ ഇല്ലാണ്ടാവും അപ്പൂ. "

"അത് എന്നാ അമ്മമ്മേ?"

"ഇടയ്ക്കിടയ്ക്ക് അങ്ങനെ വരും."

"എന്നിട്ടോ?"

"എന്നിട്ട് മഹാപ്രളയം. പ്രപഞ്ചം അലിഞ്ഞില്ലാണ്ടാവും. ശബ്ദം പോലുമില്ലാണ്ട് കുറേ നാൾ. പിന്നെ പാലാഴീല് കാലമാകുന്ന അനന്തശേഷന്റെ മുകളിൽ നാരായണൻ യോഗനിദ്ര തുടങ്ങും. വീണ്ടും പ്രപഞ്ചത്തെ സ്വപ്നം കണ്ടുണർത്തും. "

"അപ്പൊ പ്രപഞ്ചം വെറും സ്വപ്നമാണോ?"

അമ്മമ്മയുടെ ശബ്ദം എനിക്ക് ആശ്വാസമായി. പരിചിതങ്ങളുടെ സുഖം. ജനൽപ്പടിയിൽ പാതിയടഞ്ഞ കണ്ണുകളുമായി വെയിൽ കാഞ്ഞു കിടക്കുകയാണ് പൂച്ച. നീ സ്വപ്നം കണ്ടുണർത്തുന്നത് എന്റെ യാഥാർത്ഥ്യത്തെയാണോ പൂച്ചേ?

എന്റെ മനസ്സ് വായിച്ചതുപോലെ പൂച്ച ഉണർന്നു. ഒന്നും മിണ്ടാതെ അടുത്ത മുറിയിലേക്ക്.

നന്നേ പഴക്കം തോന്നിച്ച ആ മുറിയിൽ കാലം സുഖസുഷുപ്തിയിലാണെന്ന് തോന്നി. ചുമരുകൾ മുഴങ്ങി.

"ഗുരുജീ, എന്താണ് എന്റെ വഴി? എന്താണ് ശരി?"

"ഒരു വഴിയും തെറ്റല്ല. എല്ലാം നീ തന്നെയാണ്. അറിയാൻ ഒരുപാടുണ്ട്. യാത്ര തിരിക്കേണ്ടത് ഉള്ളിലേക്കാണ്. "

"എവിടെ തുടങ്ങണം ഈ യാത്ര?"

"തുടക്കവും ഒടുക്കവും ശരിയും തെറ്റുമെല്ലാം വെറും മിഥ്യയാണ്. ബോധമണ്ഡലങ്ങളിലൂടെ നീ നിന്നിലേക്ക് ചെന്നെത്തുക. "

പൂച്ച സുഖമായി ഉറങ്ങുകയാണ്. സ്വപ്നങ്ങളില്ലാത്ത ഗാഢനിദ്ര. ഉണർത്തണോ എന്ന അങ്കലാപ്പ് തീരും മുൻപ് അത് മാഞ്ഞുപോയി.

ഒറ്റയ്ക്ക് ചെന്നുകയറേണ്ട മുറിയുടെ ഒത്തനടുവിലായി ഒരു നിലക്കണ്ണാടി. നോക്കിനോക്കിനിന്നപ്പോൾ അതാ എന്റെ പ്രതിബിംബം മെല്ലെ അനങ്ങുന്നു. അത് നടന്നു ചെന്ന് മുറിയുടെ മൂലയിൽ നിന്ന് പുഞ്ചിരിയോടെ ഒരു തുരുമ്പിച്ച കിളിക്കൂട് ഉയർത്തിയപ്പോൾ ഞാൻ ഇറങ്ങിയോടി. എന്റെ കാലടികൾക്ക് ഒച്ചയില്ലായിരുന്നു. ഉള്ളിലെവിടെയോ ആ വെളുത്ത പൂച്ച മുരണ്ടു. അതിന്റെ ചിരി ഒരു ചന്ദ്രക്കലയായി മാറിയപ്പോൾ നടുവിൽ ബിന്ദുവായി ഞാൻ ഒറ്റനക്ഷത്രത്തെ കുടിവച്ചു. ഭാരമില്ലാത്തൊരു പെട്ടിയുമായി മടക്കം.

7

അതിരുദേവതകൾ

ഒരു സ്വപ്നം പോലെ തോന്നുന്നു- ഗ്രാമാതിരുകളിലെ വെള്ളയും ചുവപ്പും കോവിലുകൾ, വാളേന്തിയ കാവൽദൈവങ്ങൾ, വീര/സതിക്കല്ലുകൾ. ഏതോ മുത്തി പാടുന്ന ഈ പഴങ്കഥയിലേക്ക് ആരാണെന്നെ പറിച്ചുനട്ടത്? അവൾ -എണ്ണ മണക്കുന്ന മുടിക്കെട്ടിലെ കനകാംബരപ്പൂക്കൾ, ഇരുണ്ട കൈത്തണ്ടയിലെ ചില്ലുവളകൾ, മഞ്ഞൾ പൂശിയ ഇടത്തെ കവിളിൽ വിരിയുന്ന നുണക്കുഴി- കാണുന്നതിലെല്ലാം തിരയുന്നത് അവളെയാണ്. ദൂരെദൂരെ ഒരു തിരക്കുള്ള തെരുവിലെ അവധിക്കാലത്തെ ഉച്ചനടത്തങ്ങളിൽ ഒപ്പമുണ്ടായിരുന്നവൾ. അവളാണ് എന്നെ ഇവിടെ എത്തിച്ചിരിക്കുന്നത്. അവൾ പറഞ്ഞ കഥകൾ. മല്ലീ, നീ ഇവിടെയുമില്ലെങ്കിൽ ഞാൻ തോറ്റു. നിന്നെ മറന്ന ഒരു വ്യാഴവട്ടത്തിന്റെ കുറ്റബോധത്തിൽ ഞാൻ നീറിയൊടുങ്ങും.

നീ പറഞ്ഞ വഴി ഓർത്തെടുത്താണ് ഞാൻ വന്നത്. ചുടലമാടസാമിയുടെ കോവിലും അരയാലുമൊക്കെ കണ്ടു. നീയും ഇവിടെത്തന്നെയുണ്ടാകില്ലേ? നിന്റെ സ്വപ്നമായിരുന്നില്ലേ അത്? എത്ര വൈകുന്നേരങ്ങൾ നീ ആ സ്വപ്നത്തിന് ജീവനൂതി നൽകിയിരിക്കുന്നു.

"അവിടെ ആർക്കും അങ്ങനൊരു വീടറിയില്ല. "- ഋഷിയുടെ ശബ്ദം എന്നെ ഉണർത്തി. "എന്താ ?"

"ആ കടയിൽ തിരക്കി. പാമ്പു കടിച്ചു മരിച്ച ഒരു അഴഗനെ അറിയാമെന്നു ഒരാൾ പറഞ്ഞു, പക്ഷെ മകളെക്കുറിച്ചൊന്നും... "

"മല്ലിയുടെ അപ്പ മരിച്ചശേഷം അവളെ വകയിലൊരു അമ്മായി കൊണ്ടുപോയി. സേലത്തേക്ക്. പക്ഷെ ഒരു പത്തുവയസ്സു വരെ അവൾ ഇവിടെ ജീവിച്ചതല്ലേ ഋഷീ? ആരെങ്കിലും ഓർക്കാതിരിക്കുമോ?"

എന്നോ മറഞ്ഞവരുടെ ഓർമ്മകളെ കല്ലിൽ കുടിവച്ചു പൂജിക്കുന്നവർക്ക് ഒരു പാവം പെൺകുട്ടിയെ ഇങ്ങനെ മറക്കാനാകുമോ?

" താൻ വിഷമിക്കേണ്ട. നമുക്ക് തിരക്കാം. വീട്ടിൽ ഒന്ന് വിളിച്ചു പറയണ്ടേ?"

"പറയാം. ഫോണിൽ ചാർജ് തീർന്നു. നമുക്ക് താമസിക്കാൻ എന്തെങ്കിലും സൗകര്യം കിട്ടുമോ എന്നു അന്വേഷിക്കാം. "

ചൂടു ദോശയും സാമ്പാറും കഴിച്ചിരിക്കുമ്പോൾ ഋഷിയോട് ഞാൻ അവളുടെ കഥ മുഴുവനായി പറഞ്ഞു. ഒന്നുമറിയാതെ ഒപ്പം കൂടിയ സുഹൃത്താണ്.

പപ്പയ്ക്ക് അന്നു ബോംബെയിലാണ് ജോലി. പത്താം ക്ലാസ്സ് കഴിഞ്ഞുള്ള വലിയ അവധിക്കാലം. മമ്മയോടൊപ്പം കടയിൽ ചെന്നിരിക്കുന്നതു മടുപ്പായിത്തുടങ്ങിയപ്പോൾ കമ്പ്യൂട്ടറും ഇന്റർനെറ്റും പുതിയൊരു ലോകം തുറന്നുതന്നു. അങ്ങനെയാണ് ഇർഫാനെ പരിചയപ്പെട്ടത്. എപ്പോഴുമുള്ള സംസാരം പ്രണയമാകാൻ ദിവസങ്ങളേ വേണ്ടിവന്നുള്ളൂ. അവന്റെ ബുദ്ധിമുട്ടുകളും പ്രാരാബ്ധങ്ങളും മനസ്സിന്റെ നീറ്റലായി. പോക്കറ്റ് മണിയും രണ്ടു സ്വർണ്ണമോതിരവും കൊടുത്തു ആവുന്ന സഹായം നൽകി. എന്നാൽ പെട്ടെന്നാണ് പ്രണയത്തിന്റെ പൂവഴിയിൽ മുള്ളുകൾ മുളച്ചത്. ആജ്ഞകളും ശകാരവും വെല്ലുവിളികളും- കരഞ്ഞുറങ്ങുന്ന രാവുകൾ. കൂട്ടിലടച്ച പോലെ. എങ്കിലും സ്നേഹിച്ചുകൊണ്ടിരുന്നു.

ഒരു ഉച്ചനേരത്ത് പാർക്കിലിരുന്നു പൊട്ടിക്കരഞ്ഞപ്പോൾ ചുമലിൽ ഒരു കൈ തൊട്ടു. ഞെട്ടിത്തിരിഞ്ഞു നോക്കുമ്പോൾ ഒരു പെൺകുട്ടി. ഏകദേശം തന്റെ പ്രായം വരും. ഇരുനിറവും വിടർന്ന കണ്ണുകളും ഇടതുകവിളിൽ നുണക്കുഴിയും.

"എന്തുപറ്റി?" - അവൾ ഹിന്ദിയിൽ തിരക്കി. ഒന്നും മിണ്ടിയില്ല. മുൻപ് അവളെ കണ്ടിട്ടില്ല. "എന്താ ഹിന്ദി അറിയില്ലേ? ഏതു ഭാഷയാണ് അറിയുന്നത്?"- അവൾ നല്ലപോലെ ഇംഗ്ലീഷും സംസാരിച്ചു.

"ആരാണ്?"

"എന്റെ പേരു സുനൈന. കുട്ടിയെ മുൻപും കണ്ടിട്ടുണ്ട്. ആ ക്വാർട്ടേഴ്സിൽ അല്ലേ താമസം?"

"അതേ."

"എന്താണ് കരയുന്നത്?"

"ഒന്നുമില്ല. "

"ഒന്നുമില്ലാതെ ആരെങ്കിലും കരയുമോ?"

പതുക്കെപ്പതുക്കെ അവളോട് മിണ്ടിത്തുടങ്ങി. കേരളത്തിൽ നിന്നാണെന്നു കേട്ടപ്പോൾ അവൾക്ക് സന്തോഷമായി. "എന്റെ നാട് അടുത്താണ്. തമിഴ്‌നാട്ടിലാണ് എന്റെ വീട്. "

അന്നു വൈകുന്നേരമായപ്പോൾ അവൾ മല്ലിയാണെന്നും അമ്മായി സേലത്തുനിന്നും ഒരു അയൽക്കാരനോടൊപ്പം ബോംബെയ്ക്ക് അയച്ചതാണെന്നും അറിഞ്ഞു. "സ്കൂളിൽ പോകുന്നുണ്ടോ?" ഞാൻ തിരക്കി.

അവൾ ചിരിച്ചുകൊണ്ട് തലയാട്ടി. "അതിലും കൂടുതലൊക്കെ പഠിച്ചു കഴിഞ്ഞു. "

എന്തുകൊണ്ടോ അവളോട് വല്ലാത്ത അടുപ്പം തോന്നി. അധികം കൂട്ടുകാരില്ലാത്ത എനിക്ക് എല്ലാം പറയാനുള്ള ഒരാൾ. ഇർഫാനെ കുറിച്ചു പറഞ്ഞപ്പോൾ അവൾ കുറേനേരം ചിന്തിച്ചിരുന്നു. "നോക്ക് ഗ്രേയ്സ്, അതൊന്നും വേണ്ട. ഒരുപാട് സ്നേഹിക്കുന്ന ഒരു കുടുംബമില്ലേ നിനക്ക്? നല്ല സ്കൂളിൽ പഠിക്കുന്നില്ലേ? ഇതൊന്നും ഇപ്പോൾ വേണ്ട."

ഇർഫാനെ മറക്കാനാവില്ലെന്നു പറഞ്ഞപ്പോൾ അവളുടെ മുഖം ചുവന്നു. കാർക്കിച്ചുതുപ്പിക്കൊണ്ട് അവൾ തെറിപറഞ്ഞു. ഞാൻ ഞെട്ടി. ഒരു പെൺകുട്ടി ഇങ്ങനെയുള്ള വാക്കുകൾ ഉപയോഗിക്കുന്നത് ഞാൻ കേട്ടിട്ടില്ലായിരുന്നു. പിന്നീട് അവൾ പറഞ്ഞതാണ് എന്നെ അതിലും ഞെട്ടിച്ചത്.

"അവൻ ആരെന്ന് അറിയുമോ നിനക്ക്? പ്രേമം! ഇങ്ങനെ നല്ല കുടുംബത്തിലെ കുട്ടികളെ പ്രേമിക്കുന്നതാണ് അവന്റെ ജോലി. എന്റെ കൂടെയുണ്ട് അവനെ പ്രേമിച്ച പലരും. അങ്ങോട്ട് തന്നെ വരണോ നിനക്കും?"തനിക്ക് തീരെ അറിയാത്തൊരു ലോകമുണ്ടെന്നും അവിടെയാണ് മല്ലിയെന്നും എനിക്ക് ക്രമേണ മനസ്സിലായി. പലരെയും അവളും ആ ഇരുളിലേക്ക് വലിച്ചിട്ടിട്ടുണ്ട്. "നിന്നോട് അതു പറ്റുന്നില്ല. എന്റെ അനിയത്തിയുടെ മുഖമാണ് നിനക്ക്. അവൾ ഇന്നു എവിടെയാണെന്ന് പോലും അറിയില്ല. ഇർഫാനോട് ഇനി സംസാരിക്കരുത്. എന്നെ വിശ്വസിക്ക്.അവൻ ചതിക്കുകയാണ്. "മല്ലി അന്നെന്നെ കാത്തുരക്ഷിച്ചത് എന്തിൽനിന്നാണ് എന്നു മുതിർന്നപ്പോഴെ അറിഞ്ഞുള്ളൂ.

അന്ന് അവളെന്റെ കൂട്ടുകാരിയായി. അങ്ങനെയാണ് അവളുടെ ഗ്രാമത്തെക്കുറിച്ചും വീടിനെക്കുറിച്ചുമൊക്കെ അറിഞ്ഞത്. കവലകളിലെല്ലാം കാവൽദൈവങ്ങളും കഥകളുമുറങ്ങുന്ന നാട്. അവിടെ വീരന്മാരുടെയും പതിവ്രതകളുടെയും ഒന്നുചേരാത്ത കമിതാക്കളുടെയുമെല്ലാം ആത്മാക്കൾ കല്ലുകളിൽ കുടിയിരിക്കുന്നു. അയ്യനും അമ്മനും മാടനും പരിപാലിക്കുന്ന നാട്ടിൽ നിന്നു ഒരു കൊച്ചുപെൺകുട്ടി മാത്രം ദൂരെ ഇരുളിൽ വന്നുവീണു. അവളെ രക്ഷിക്കാൻ എന്തേ മൂർത്തികളൊന്നും വന്നില്ല?

"എപ്പോഴെങ്കിലും ഞാൻ എന്റെ നാട്ടിൽ പോകും. എന്റെ അനിയത്തിയെയും കൂട്ടി. അവിടെപ്പോയി ഞങ്ങൾ ആ വലിയ മാളികവീടു വിലയ്ക്ക് വാങ്ങും. അവിടെ സുഖമായി ജീവിക്കും." - അതവളുടെ സ്വപ്നമായിരുന്നു.

"അവിടെ ഇപ്പോൾ ആരുമില്ലേ?"

"ആരൊക്കെയോ ഉണ്ട്. ഞങ്ങളുടെ വീടൊക്കെ പോയിക്കാണും. എനിക്ക് കുറേ കൂട്ടുകാരുണ്ടായിരുന്നു അവിടെ. അവരെയൊക്കെ കണ്ടുപിടിക്കണം. "

ഒരുദിവസം വീട്ടിലെത്തുമ്പോൾ മമ്മ കലിതുള്ളി നിൽക്കുന്നു. കൂടെ കൂട്ടുകാരി സീത ആന്റിയും." എവിടെയായിരുന്നു നീ?" ചോദ്യവും അടിയും ഒരുമിച്ചായിരുന്നു. ആന്റി തടഞ്ഞു. "ലിസീ, വേണ്ട. പറഞ്ഞു മനസ്സിലാക്കാമല്ലോ. മോളെ അടിക്കരുത്."

ആന്റിയുടെ വീട്ടിൽ ജോലിക്കു വരുന്ന സ്ത്രീയാണ് മല്ലിയും ഞാനുമായുള്ള സൗഹൃദത്തെക്കുറിച്ച് അവരോട് പറഞ്ഞത്. "മോളെ, നിനക്ക് അറിയില്ല. നമുക്ക് പറ്റിയ കൂട്ടല്ല അവരൊന്നും. മമ്മ തല്ലിയത് സങ്കടം കൊണ്ടാണ്. "

"എന്തിനാണ് ആന്റി സങ്കടം? ഞാൻ എന്തു ചെയ്തിട്ടാണ്?" - ഞാൻ കരഞ്ഞു.

മല്ലിയെ ഇനി കാണരുതെന്ന കൽപ്പന തെറ്റിക്കാൻ ശ്രമിച്ചപ്പോൾ മമ്മ പൊതിരെ തല്ലി. "നശിച്ചു പോകാൻ തുനിഞ്ഞിറങ്ങിയോ നീ? അസത്തെ. നിന്നെ ജീവനോടെ വയ്ക്കില്ല."

രാത്രിമുഴുവൻ മമ്മ കരയുകയും പപ്പ സമാധാനിപ്പിക്കാൻ ശ്രമിക്കുകയും ചെയ്യുന്നത് മുറിയിലിരുന്നു കേട്ടു. പിറ്റേന്ന് പപ്പയാണ് തന്നോട് വിവരം പറഞ്ഞത്. "ഗ്രെയ്സ്, നമ്മൾ നാട്ടിലേക്ക് പോകുന്നു. ഇനി മോൾക്ക് അവിടെ പഠിക്കാം. അമ്മാമ്മയുടെ കൂടെ നിന്ന്. മമ്മയും വരും. പപ്പ ട്രാൻസ്ഫറിന് ശ്രമിക്കും. "

ഒന്നും മനസ്സിലായില്ല. എന്തിനാണ് ഇതൊക്കെ? സമസ്യകൾ നിറഞ്ഞ മനസ്സുമായി കേരളത്തിലേക്ക്. കാലം മറവിയുടെ മൂടൽമഞ്ഞ് പുതപ്പിച്ചവയിൽ മല്ലിയും.

സൈക്കോളജിയിൽ ബിരുദാനന്തര ബിരുദമെടുത്തയുടൻ അച്ചാച്ചന്റെ സ്കൂളിൽ കൗൺസിലറായി ജോലിക്കു കയറി. ചെറിയ മനസ്സുകളുടെ വലിയ പ്രശ്നങ്ങൾ. അഞ്ചുവർഷം പെട്ടെന്നു കടന്നുപോയി. സിതാരയെ കാണുന്നതു വരെ എല്ലാം ഒരുപോലെ.

പഠിത്തത്തിലും കലാകായിക മത്സരങ്ങളിലുമെല്ലാം ഒന്നാമതായിരുന്നു അവൾ. പെട്ടെന്നാണ് എല്ലാം മാറിമറിഞ്ഞത്. കുടുംബത്തിലെ പ്രശ്നങ്ങൾ ആവുമെന്ന് കരുതി; എന്നാൽ അവളുടേത് അച്ഛനും അമ്മയും പരസ്പരം വളരെ സ്നേഹത്തിൽ ശാന്തമായി മുന്നോട്ട് പോകുന്ന കുടുംബം ആണെന്നറിഞ്ഞു. ഒടുവിൽ ഒരുപാട് കൗൺസിലിങ്ങിനു ശേഷമാണു സത്യം പുറത്തുവന്നത്. അവൾ താമസിക്കുന്ന ഫ്ലാറ്റിൽ തന്നെയുള്ള ഒരു വൃദ്ധനാണ് അവളെ ഉപദ്രവിച്ചിരുന്നത്. സിതാരയുടെ പ്രശ്നം അവളുടെ അമ്മയെ അറിയിച്ചു. എങ്കിലും മനസ്സ് അസ്വസ്ഥമായിരുന്നു. മറന്നുകിടന്ന പലതും തികട്ടിവന്നു. മല്ലി- എന്റെ പഴയ കൂട്ടുകാരി, രക്ഷക.

അവളിപ്പോൾ എവിടെയാവും ? എങ്ങനെ അന്വേഷിക്കാൻ! പത്രപ്രവർത്തകയായ സുഹൃത്ത് വഴി ശ്രമിച്ചു. ബോംബേയിൽ നിന്നു വിവരമൊന്നും ലഭിച്ചില്ല. സുനൈന എന്നൊരു പെൺകുട്ടി എങ്ങനെ അപ്രത്യക്ഷയായി ? ചുറ്റുമുള്ള ഇരുളിൽ അവൾ അലിഞ്ഞുചേർന്നുകാണും.

സ്വപ്നത്തിൽ പോലും പ്രതീക്ഷിക്കാത്ത വഴികളിലൂടെ പോയിനോക്കി. ഇർഫാനെ വീണ്ടും കണ്ടു. അരയ്ക്ക് കീഴ്പ്പോട്ടു തളർന്നു കിടക്കുന്ന അയാളിൽ നിന്നു ആകെ കിട്ടിയ വിവരം അവർ താമസിച്ചിരുന്ന വീട് ഇപ്പോൾ ഇല്ല എന്നതാണ്. ഒരു രാത്രി പോലീസ് റെയ്ഡ് ഉണ്ടായതും മറ്റും മങ്ങിയ ഓർമ്മകളായേ ഇർഫാന്റെ മനസ്സിലുള്ളൂ.

"നിങ്ങൾ ആരാണ് ?"- കുറച്ചു നോട്ടുകൾ അയാളുടെ കയ്യിൽ തിരുകുമ്പോൾ ഇർഫാൻ തിരക്കി.

"പത്രക്കാരാണ്. "- നീലിമ ഉത്തരം നൽകി.

"ക്ഷമിക്കണം, നിങ്ങളുടെ പേരു ഗ്രെയ്സ് മേരി എന്നാണോ ?" - അയാളുടെ ചോദ്യം എന്നെ ഞെട്ടിച്ചു.

"ഏയ്, ഇവൾ പാർവതി ദത്ത. ആരാണ് ഗ്രെയ്സ് ?"

"എനിക്ക് അറിയാവുന്ന ഒരു പെൺകുട്ടിയാണ്. ഇവരുടെ ഛായയായിരുന്നു അവൾക്ക്. "

എന്താവും അന്ന് സംഭവിച്ചത് ? മല്ലി പിടിയിലായിക്കാണുമോ ? എനിക്ക് ഉറക്കമില്ലാതായി.

നഗരത്തിലെ റെഡൈലറ്റ് ഏരിയകളിൽ പോകാൻ ഞങ്ങൾക്കുള്ള പരിമിതികൾ കുറെയൊക്കെ തരണം ചെയ്തത് നീലിമയുടെ സുഹൃത്ത് അവിനാശ് ഉള്ളതുകൊണ്ടാണ്. പല മെട്രോ നഗരങ്ങളിലും അവരുടെ സുഹൃദ് വലയമുപയോഗിച്ചു അവർ അന്വേഷിച്ചു.

"അവൾ മറ്റൊരു പേരിലാവാം ഇപ്പോൾ ജീവിക്കുന്നത്. എങ്കിൽ വളരെ പ്രയാസമാകും. "

ഒടുവിൽ അവരെ ഇനിയും ബുദ്ധിമുട്ടിക്കരുതെന്ന് ഓർത്ത് ഞാൻ നാട്ടിലേക്കു തിരിച്ചെത്തി. നീ ഒളിച്ചിരിക്കുകയാണോ മല്ലീ? എന്റെ മനസ്സു പിടഞ്ഞു. അവളുടെ പഴയ സ്വപ്നം ഓർത്തപ്പോൾ ഒരു കച്ചിത്തുരുമ്പു കിട്ടിയതുപോലെ തോന്നി. അങ്ങനെയാണ് ഇവിടേക്ക് വന്നത്. ഭാഗ്യം ഇപ്പോഴും എന്നെ കൈവിട്ടിരിക്കുന്നു എന്നു തോന്നുന്നു.

മഹാക്ഷേത്രങ്ങളോ പട്ടും പൊന്നും ഉടവാളുമോ ഒന്നുമില്ലാതെ, സഹസ്രനാമാവലിയോ ചുറ്റുവിളക്കുകളോ ഇല്ലാത്ത, ഗ്രാമദേവതകളുണ്ട്. അതിരുകളിൽ കാവലിരിക്കുന്നവർ. വേദങ്ങളോ മന്ത്രങ്ങളോ ഇല്ലാത്തവർ. ഒരു വെറും കല്ലിലും കൂടിയിരുന്നു പരിപാലിക്കുന്നവർ. നീയും എനിക്ക്

അങ്ങനെയൊരു ദേവതയാണ്.

നീ ഇവിടെയുണ്ട് എന്നു വിശ്വസിക്കാനാണ് എനിക്കിഷ്ടം. ശരീരവും മനസ്സും മുറിഞ്ഞ് ഏതെങ്കിലും ഇരുൾമുറിയുടെ തണുത്ത തറയിലോ റോഡരികിലോ ഒന്നും നിന്നെ ഓർക്കാൻ വയ്യ. ഇവിടെ ഏതെങ്കിലുമൊരു മരത്തണലിൽ നീയുണ്ടാവും. അങ്ങനെ വിശ്വസിച്ചു മടങ്ങാനേ ഇപ്പോൾ എനിക്കാവൂ.

തിരിച്ചെത്തി പിറ്റേന്ന് ഇ-മെയിൽ നോക്കിയപ്പോൾ സന്തോഷം കൊണ്ട് പൊട്ടിക്കരഞ്ഞുപോയി. നീലിമ ഒരു പഴയ വാർത്ത അയച്ചിരിക്കുന്നു. ഡൽഹിയിൽ പ്രവർത്തിക്കുന്ന ഒരു എൻ ജി ഓ - രാഹത്- അതു നടത്തുന്ന സ്ത്രീയെക്കുറിച്ചും വാർത്തയിലുണ്ട്. മല്ലിക - പണ്ടു ബോംബേ തെരുവിൽ നിന്നു രക്ഷിക്കപ്പെട്ടവൾ. ഇന്നവൾ അങ്ങനെയുള്ള ഒരുപാട് സ്ത്രീകൾക്ക് തുണയാണ്. അഞ്ചുവർഷം മുൻപുള്ള ഏതോ പത്രമാണ്.

നീലിമയും ഋഷിയും കൂടെ വന്നു. ഡൽഹിയിൽ വണ്ടിയിറങ്ങി നേരെ പോയത് അവിടേക്കാണ്. മല്ലി - കോട്ടൺ സാരിയും വലിയ കുങ്കുമപ്പൊട്ടുമണിഞ്ഞു പ്രൗഢയായ എന്റെ മല്ലി.

"എന്നെ മനസ്സിലായോ?"- ഞാൻ തിരക്കി. അവളുടെ നുണക്കുഴി മിന്നി.

"ഗ്രെയ്സ്! ഓർക്കാതിരിക്കുമോ? എന്റെ അനിയത്തിയുടെ മുഖമാണ് നിനക്ക് - വരൂ, അവളും ഉണ്ട് എന്റെ കൂടെ."

അവളെ ഞാൻ അന്വേഷിച്ചതൊക്കെ തെരുവോരത്താണ്. ഒടുവിൽ കണ്ടെത്തിയത് ശ്രീകോവിലിൽ. ചില കല്ലുകൾക്ക് ജീവനുണ്ടാവും. അതിനുള്ളിലെ ചൈതന്യം ഒഴുകിക്കൊണ്ടേയിരിക്കും. അപ്പോൾ മാത്രമേ അത് ദേവതയാകൂ.

8

മരപ്പട്ടി

" ഈശ്വരാ, മാരണം പിന്നേം വന്നോ!"- രാവിലെ തന്നെ പ്രഭയുടെ ഈ വാക്കുകൾ കേട്ടപ്പോൾ രഘുവിന് ചിരി വന്നു. ബന്ധുക്കളിൽ പലർക്കും ചേരുമെങ്കിലും അവൾ അടുക്കളയിലായ സ്ഥിതിക്ക് ഇതു മറ്റാരുമല്ല, മരപ്പട്ടി തന്നെ.

"ഇത് കണ്ടോ രഘൂ, ആ പഴക്കുല മുഴുവനും തിന്ന് നശിപ്പിച്ചു." നാട്ടിൽ നിന്ന് ഏട്ടൻ കൊണ്ടു കൊടുത്ത നാടൻ കുലയാണ് - പ്രഭയ്ക്ക് സങ്കടം വരാതിരിക്കുമോ! "അച്ഛരാ, പട്ടിയാണോ അമ്മുവാണോന്ന്... "കുട്ടൻ മുഴുമിപ്പിക്കും മുൻപേ കയ്യിൽ നഖക്ഷതങ്ങൾ വീണു കഴിഞ്ഞു.

"അയ്യോ അച്ഛരാ ഈ പെണ്ണ് എന്നെ മാന്തിക്കീറി. "

" എന്നെ പട്ടീന്ന് വിളിച്ചിട്ടാ. "

" ഞാൻ വിളിച്ചോ അച്ഛരാ?"

" ഞാനാ പഴം മുഴുവൻ തിന്നോന്ന് പറഞ്ഞില്ലേ"

" ആ പറഞ്ഞു. നിന്റെ പഴക്കൊതി കൊണ്ടല്ലേ അമ്മ അത് കെട്ടിത്തൂക്കി ഇട്ടെ. "

ജഡ്ജി ഇടപെടേണ്ടി വന്നില്ല. എന്തോ ആ തർക്കം വേഗം തീർന്നു.

"ഇതിനെ ഇങ്ങനെ വിട്ടാൽ പറ്റില്ല. വിഷം വച്ചിട്ട് പോലും ഫലമില്ലല്ലോ. ഉറങ്ങാണ്ട് നോക്കി ഇരുന്ന് തല്ലിക്കൊല്ലണം അസത്തിനെ. "- പ്രഭയും വരാന്തയിലേക്ക് വന്നു.

"സ്വാമിയേട്ടൻ അന്നൊരു പെട്ടീടെ കാര്യം പറഞ്ഞില്ലേ? നമുക്ക് നോക്കിയാലോ? അവര് കൊണ്ട് വച്ചോളും, വീണാൽ കൊണ്ടും പോകും. ഒന്നും അറിയേണ്ട. "

"വേണം. വാട്ടർ ടാങ്കിന്റെ മുകളിൽ ആകെ വൃത്തികേടാക്കും എന്നും. മടുത്തു. സ്വാമിയേട്ടനെ ഒന്നു വിളിക്ക്. "

• 32 •

പിന്നീട് ചർച്ചയുണ്ടായത് ഉച്ചയൂണിന്റെ സമയത്താണ്. അമ്മുവും കുട്ടനും കോഴിക്കാൽ വീതിക്കുന്ന തർക്കം കഴിഞ്ഞപ്പോൾ. "ഇന്ന് വൈകിട്ട് പെട്ടി വരും. "

"എന്തിനാ അച്ഛരാ സ്വാമിമാമനു മരപ്പട്ടിയെ?"

" മാമനല്ല, വേറൊരാൾക്കാ. മരപ്പട്ടീടെ ഇറച്ചി തിന്നുന്നവരുണ്ട്. "

ഇതു കേട്ടതും കുട്ടന്റെ മുഖം മാറി. അത് മനസ്സിലാക്കിയ അമ്മു അവസരം വെറുതേ കളഞ്ഞില്ല. "ഈ ചിക്കൻ പോലിരിക്കുമോ മരപ്പട്ടി?"

"മിണ്ടാതിരിക്കെടി, അവനിപ്പോ തുടങ്ങും. "

കുട്ടൻ ആകെ വല്ലാതിരുന്നു. കഷ്ടപ്പെട്ട് ഇറച്ചി കയ്യിലെടുത്തു കടിച്ചതും അമ്മു വീണ്ടും തുടങ്ങി- "ഇതിനേക്കാൾ സോഫ്റ്റ് ആയിരിക്കുമല്ലേ? "

കുട്ടൻ വായുംപൊത്തിക്കൊണ്ട് എഴുന്നേറ്റ് പോയപ്പോൾ പ്രഭയുടെ വക അമ്മുവിന് ഒരടിയും പൊട്ടി.

പെട്ടിയും കൊണ്ട് സ്വാമിയേട്ടനോടൊപ്പം ഒരു വയസ്സനാണ് വന്നത്. "വീണാൽ വിളിച്ചു പറഞ്ഞാൽ മതി. വന്നു എടുത്തോളാം. "

നല്ല പഴുത്ത ഒരു പഴവും കെണിയും കാത്തിരിക്കുന്നതറിയാതെ മരപ്പട്ടി അന്നും വന്നു. പിറ്റേന്ന് പ്രഭയാണ് ആദ്യം കണ്ടത്. " രഘൂ, ദേ വീണു. "

ആദ്യമായിട്ടാണ് മരപ്പട്ടിയെ ഇത്രയും അടുത്ത് കാണുന്നത്. "അയ്യേ എന്തൊരു വൃത്തികേടാ ഇത്. " അമ്മു മുഖം ചുളിച്ചു. അതിന്റെ മുഖത്ത് ഒരു മുറിവും ഉണ്ടായിരുന്നു. "തൊടല്ലേ, മാന്തും. "

ഓഫീസിൽ പോകുംമുൻപ് തന്നെ രഘു സ്വാമിയേട്ടനെ വിളിച്ചു. "ഞാൻ അയാളെ വിളിക്കാം. നീ പൊയ്ക്കോ, പ്രഭയുണ്ടല്ലോ വീട്ടിൽ. "

വൈകുന്നേരം രഘു വന്നപ്പോൾ പ്രഭ ആകെ അസ്വസ്ഥയായിരുന്നു.

"എന്തു പറ്റി?"

"എനിക്കെന്തോ അടുക്കളയിൽ നില്ക്കാൻ പേടിതോന്നുന്നു."

"എന്തിന്? മരപ്പട്ടി പോയില്ലേ?"

"ഇല്ല, നാളെ വരാമെന്ന് പറഞ്ഞു. അയാൾക്ക് സുഖമില്ലെന്ന്. "

"അത് കൂട്ടിന്റെ അകത്തല്ലേ പ്രഭേ? നീയെന്തിനാ പേടിക്കുന്നെ?"

" അതിന്റെ നോട്ടം കണ്ടാൽ പേടിയാവും. എന്തൊരു മുഖം."

"മരപ്പട്ടിക്ക് പിന്നെ ഭംഗിയുണ്ടാവുമോ! നീ ടെൻഷൻ ആവണ്ട. നാളെ അതിനെ കൊണ്ടുപോകും. ഇന്ന് രാത്രി നമുക്ക് പുറത്തു പോകാം."

പിറ്റേന്നും അയാൾ വന്നില്ല.

"അച്ഛരാ, ഞങ്ങൾ അതിനൊരു പേരിട്ടു."

രഘു വന്നയുടൻ കുട്ടികൾ അടുത്തെത്തി.

"ആർക്ക്?"

"മരപ്പട്ടിക്ക്."

" അത് പോയില്ലേ?"

" ഇല്ല. അപ്പുണ്ണി. കൊള്ളാമോ അച്ഛരാ?"

പ്രഭ ചായയുമായി വന്നു. "അയാൾ എന്താ വരാത്തത്?"

"പനി കുറവില്ലെന്ന്. വേണ്ടായിരുന്നു രഘൂ. തുറന്നുവിടാൻ പോലും വയ്യല്ലോ."

"അതവിടെ കിടക്കട്ടെ. നമുക്കെന്തൊ!"

" പിള്ളേര് പഴം കൊണ്ട് ഇട്ടുകൊടുത്തു. അതിന്റെ കടി വാങ്ങാൻ ആയിരിക്കും ഇനി."

"പേരും ഇട്ടേക്കുന്നു. അപ്പുണ്ണീന്ന്. രണ്ടിനും കിറുക്കാ."

വീണ്ടും നാലുദിവസം കടന്നുപോയി. അയാൾ വന്നില്ല. "ഇത് മഹാപാപമാ രഘൂ. സ്വാമിയേട്ടനെ ഒന്നു വിളിക്ക്. ഇതു ശരിയാവില്ല."

"സ്വാമിയേട്ടൻ കാസർഗോഡ് പോയിരിക്കുകയല്ലേ! അവിടിരുന്നു എന്ത് ചെയ്യാൻ."

"വേറെ ആരെയെങ്കിലും വിളിച്ച് ഇതിനെ പുറത്ത് കൊണ്ടുപോയി തുറന്നുവിട്ടാലോ? ആ സാബൂനെയോ മറ്റോ?"

"ഇതു പട്ടിയേം പൂച്ചേം പോലല്ല. സൂക്ഷിക്കണം. അങ്ങനെ തുറന്നുവിടാനൊന്നും പറ്റില്ല. ഏതായാലും നാളേം കൂടി നോക്കാം."

കുട്ടികളുടെ കാര്യം അതിലും കഷ്ടമായിരുന്നു. "അച്ഛരാ, അപ്പുണ്ണിയെ കൊന്നു തിന്നുമോ?"

"ഏയ്, അച്ഛരൻ വെറുതേ പറഞ്ഞതല്ലേ?"

"പിന്നെന്തിനാ പിടിക്കുന്നെ?"

" അതോ? ദൂരെ കാട്ടിൽ കൊണ്ടുപോയി തുറന്നുവിടും. അതിനാ."

" നമുക്ക് അപ്പുണ്ണിയെ കൊടുക്കേണ്ട. ഇവിടെ വളർത്താം. ഒരു വലിയ കൂടുണ്ടാക്കാം."

" മരപ്പട്ടിയെ ആരെങ്കിലും വളർത്തുമോ മോനേ?"

"നമുക്ക് വളർത്താം."

വീണ്ടും രണ്ടു ദിവസം കഴിഞ്ഞാണ് അവർ വന്നത്. അയാളോടൊപ്പം രണ്ടുപേർ കൂടി ഉണ്ടായിരുന്നു.

" നിങ്ങൾ എന്ത് പണിയാ കാണിച്ചത്? ഒരാഴ്ച്ചയായി."

" തീരെ വയ്യായിരുന്നു സാറേ."

" ആ, വേഗം എടുത്തോണ്ട് പോ."

" ഒരു വടി കിട്ടുമോ സാറേ?"

"എന്തിനാ?"

" കൊന്നേ കൊണ്ടുപോകാൻ പറ്റൂ. "

"ഇവിടെ വച്ചു കൊല്ലാനോ? അത് പറ്റില്ല. "

" അല്ലാതെ പറ്റില്ല മേഡം. ഇതിനെ പിടിക്കാൻ പറ്റില്ല. ചാക്കിലേക്ക് തുറന്നു കയറ്റിയിട്ട് കൊന്നാലേ പറ്റൂ. "

കുട്ടനും അമ്മുവും ഉണർന്നിട്ടില്ല. അവർ അറിയരുത്. രഘു മുകളിൽ പോയി അവരുടെ മുറിയുടെ വാതിൽ അടച്ചു.

മരപ്പട്ടി കയറിയ ഉടൻ ചാക്ക് അടച്ചു വരിഞ്ഞുകെട്ടി. ഉള്ളിൽ അത് വല്ലാതെ പിടയ്ക്കുന്നുണ്ടായിരുന്നു. അവർ അതിനെ മുറ്റത്തേക്ക് ഇട്ടു.

ഒച്ച കേട്ട് കുട്ടികൾ ഉണരുമോ എന്ന് രഘു ഭയന്നു. അതിനെ തല്ലിക്കൊല്ലുകയാണ്! പ്രഭ ചെവിപൊത്തി, കണ്ണുകൾ ഇറുക്കിയടച്ച് നിൽക്കുന്നു. കവിളിലൂടെ കണ്ണീർ ഒഴുകുന്നുണ്ട്. ഓരോ അടിയുടെ ശബ്ദവും രഘുവിനെ നടുക്കി.

വിയർത്തുകുളിച്ച് അവർ അകത്തേക്ക് വന്നു. "കുറച്ചു വെള്ളം. "

"സാർ, പെട്ടി വച്ചിട്ട് പോട്ടെ? ഇനീം ഉണ്ടാവും. "

"വേണ്ട. ഇനി വേണ്ട."

9

ഡ്രാക്കുളയും ഷഹറസാദും

ഉറങ്ങാതെ ഉറങ്ങിക്കിടക്കുമ്പോൾ പുസ്തകങ്ങളുടെ ഇടയിൽ നിന്നു കേട്ടത് :

"ഈ ചോരേടെ സ്വാദ് എന്താ?"

ആ ചോദ്യം ആൾക്ക് അത്രയ്ക്കങ്ങ് സുഖിച്ചെന്നു തോന്നുന്നില്ല.

"ഓരോന്ന് ഓർമ്മിപ്പിക്ക്! ഒരാളെ നന്നാവാൻ നീയൊന്നും സമ്മതിക്കില്ല. "

"ശരിക്കും അറിയാനാ. വായിന്റെ ഉള്ളില് മുറിയുമ്പോ ഉള്ള ഉപ്പുരസം തന്നെയാ?" ഡ്രാക്കുള പ്രഭു അലിയാസ് വ്ലാദ് മൂന്നാമന് അതു കേട്ടപ്പോൾ പാവം തോന്നിയിരിക്കും.

"പഴയ സ്റ്റീൽപാത്രത്തില് പച്ചവെള്ളം നിറച്ചുവച്ചിട്ട് രാത്രി എടുത്ത് കുടിക്ക്. ആ സ്വാദാ. " പൊട്ടിച്ചിരിച്ചപ്പോൾ കളിയാക്കിയതാണെന്ന് മനസ്സിലായി.

"ഇവിടുത്തെ അടുക്കളേല് നല്ല വെളുത്തുള്ളിടെ അച്ചാറിരിപ്പുണ്ടേ... " ഒന്നു ഭീഷണിപ്പെടുത്തി.

"ന്താ പ്പൊ നിന്റെ പ്രശ്നം? ചോര വേണോ? ഇങ്ങനെയില്ല സൈ്വര്യക്കേട്. "

പാവം, പ്രഭുവാണ്. മരണമില്ലാത്തവൻ. ഇരുളിന്റെ രാജകുമാരൻ.

"വേണ്ട. അപ്പൊ എങ്ങനെയാ? തുടങ്ങാം?"

അവൾ കഥപറഞ്ഞുകൊടുക്കും. എന്നും ഓരോന്ന്. മുഴുവനും പറയില്ലട്ടോ. അതാണ് സൂത്രം.

"ന്റെ പൊന്ന് ഷെഹെറസാദേ, നീ എന്നെയിങ്ങനെ വട്ടുതട്ടല്ലേ. ആയിരത്തൊന്നു എന്നും പറഞ്ഞു പിടിച്ചിരുത്തീതാ നീയ്. പ്പോ കാലം എത്രായീന്ന് വല്ല പിടീമുണ്ടോ? എവിടെ! ജീവനു പകരം കഥ പറഞ്ഞ പെണ്ണാന്ന് കേട്ടിട്ട് ഒരു കൗതുകം തോന്നി വന്നുപോയതാ. ഇന്നെങ്കിലും ഒരു കഥ മുഴുവനും പറയ്. ഞാനെന്റെ പാട്ടിനു പോട്ടെ. "

"കഥയില്ലാത്ത പെണ്ണുങ്ങളെ കണ്ട് മടുത്തൂന്നും പറഞ്ഞ് നട്ടപ്പാതിരായ്ക്ക് കേറിവന്നപ്പോ ഇറക്കിവിട്ടില്ല- അതാ ഇപ്പൊ ഇതൊക്കെ കേൾക്കേണ്ടി വന്നത്. "

"യ്യോ പിണങ്ങാൻ പറഞ്ഞതല്ല. നീ പറയ്. ഞാൻ കേട്ടോളാം."

"ഇന്നലത്തെ കഥ എവിടെയാ നിർത്തിയെ?"

"കൊള്ളാം. ആ ഷഹ്രിയാറിനോട് ഇത് ചോദിക്കണായിരുന്നു. നിന്റെ തല കൊയ്തേനെ. "

"ങ്ങള് മുണ്ടാണ്ടിരിക്കീ. ഓൻ അബടെ കുയീല് കെടന്ന് തിരിയും. "

" ഇന്ന് കഥ വേണ്ടാടീ. ഒരു രാത്രി ങ്ങനെ പോട്ടെന്ന്. നിനക്ക് മടുക്കില്ലേ ഇത്?"

"കഥകൾ ഇല്ലെങ്കില് ഞാനില്ല പഹയാ. അനക്ക് എന്തറിയാ? പെണ്ണുങ്ങള് എപ്പോളും എന്തെങ്കിലുമൊക്കെ അധികം ചെയ്യണം. അല്ലെങ്കില് വെറും ശരീരങ്ങൾ മാത്രായിട്ടേ എല്ലാരും കാണുള്ളൂ. ചോര കുടിച്ചു മനസ്സ് കൊന്ന് നീയ് പടച്ചുവിടുന്ന അടിമകളെ പോലെയാവും പിന്നെ ഗതി. "

"ഇനി നീ ചോരാന്നു പറയ്. കടിച്ചു കീറിട്ട് പോകും ഞാൻ. ഓൾടെ ഓരോ പരാതികൾ. നിനക്കെന്തറിയാം? നോക്കണ കണ്ണാടീല് പോലും ഇല്ലാത്ത അവസ്ഥ, അത്രയ്ക്ക് ഒന്നുമില്ല നിന്റെ പാട്! എടീ, സ്വയം കാണാൻ പറ്റാതെ ജീവിച്ചിട്ട് എന്തിനാ. "

"ഹാ അതൊക്കെ വിട്. എല്ലാർക്കും അവരോരുടെ പ്രശ്നങ്ങൾ. പിന്നെ അങ്ങനൊക്കെ അങ്ങ് കഴിയും. അവർക്കൊക്കെ പിന്നെ ഒരു സമാധാനം ഉണ്ട്. പുറംചട്ടയിട്ട് നൂറും ആയിരോം ആയി ചുമരലമാരകളിൽ ഇങ്ങനെ ചാവാതെ ചത്ത് ഇരിക്കണ്ടല്ലോ!"

" ആഹ് കളയ്! നീ കഥ തന്നെ പറഞ്ഞോ. അതാ ഭേദം."

"എന്റേത് കഥകളല്ല. അതിജീവനമായിരുന്നു. വ്രണിതമായ ആൺ അഹന്തകളുടെ ലോകത്ത് ജീവിക്കാനുള്ള ഒരു പെണ്ണിന്റെ വഴി കഥകൾ മാത്രമാണ്."

"കഴുത്തിൽ രണ്ടു കുത്ത് വീണാൽ തീരുമോ നിന്റെ കിറുക്ക്? എങ്കിൽ ഇങ്ങോട്ട് കാണിക്ക്."

"ഇനി നിനക്കത് പറ്റുമെന്ന് തോന്നുന്നുണ്ടോ?"

"പറ്റായ്ക എന്താ ? ഒരിക്കൽ രുചിച്ചാൽ പിന്നെ മടിയുണ്ടാവില്ല. എത്ര നാൾ കഴിഞ്ഞാലും. പകുതി ചെന്നായ അല്ലേ ഞാൻ!"

"പകുതിയല്ലേ ഉള്ളൂ. ഈ അലമാരയ്ക്ക് അപ്പുറമുള്ള ലോകം അതിലും ഭീകരമാണ്. ഒരുകണക്കിന് നമ്മളൊക്കെ ഭാഗ്യം ചെയ്തവരാ. ഏതായാലും ദേ നേരം വെളുക്കാറായി."

" നീ കഥ പറയ്."

" ദേ ഉറക്കം നടിച്ചു കിടക്കുന്ന ആ കള്ളബുദ്ധൂസ് ചെവീം കൂർപ്പിച്ചു കിടക്കുകയാ, നാളെ ഇതൊക്കെ വള്ളിപുള്ളി തെറ്റാതെ എഴുതി നമ്മളെ നമ്മളല്ലാതാക്കാൻ!"

"അങ്ങനെ എങ്കിൽ ഇനി അവളുടെ ഭാഷയിൽ വേണ്ട! നമുക്ക് അല്ലെങ്കിലും എന്ത് ഭാഷ. നീ നിന്റെതും ഞാൻ എന്റെയും ഭാഷയിൽ സംസാരിക്കാം. അവളുടെ കള്ളക്കഥയെഴുത്ത് തീരട്ടെ."

ᮏ

പിന്നെ കേട്ടതൊന്നും എനിക്ക് മനസ്സിലായില്ല.

ᮏ

10

കളഞ്ഞു കിട്ടിയ കഥ

ഒരു നഗരത്തിൽ ജീവിച്ചിട്ടും, ഒരേ കലാലയത്തിൽ പഠിച്ചിട്ടും, അഭിരുചികളിൽ പലതും സമാനമായിട്ടും, പരസ്പരം അജ്ഞാതരായിരുന്ന ഞങ്ങൾ രണ്ടു ദിവസത്തെ ഒന്നിച്ചുള്ള ട്രെയിൻ യാത്ര കഴിഞ്ഞു ഗ്വാളിയറിൽ വണ്ടിയിറങ്ങുമ്പോൾ ഉറ്റസുഹൃത്താക്കളായിക്കഴിഞ്ഞു.

"നന്ദൻ, എന്റെ കൂടെ വരുന്നില്ലെന്ന് ഉറപ്പാണോ?"- ഞാൻ വീണ്ടും തിരക്കി.

"അതെ. ഒരു പരിചയവമില്ലാത്ത കല്യാണത്തിന് വരാനോ? അയ്യേ!"

"ഈ ട്രെയിൻ പുറപ്പെടുമ്പോൾ നമ്മളും അങ്ങനെയായിരുന്നില്ലേ?"

"തർക്കിക്കാൻ നേരമില്ല. ആ കാണുന്ന കോഫീ ഹൗസിലാണ് എന്റെ താമസം. വന്നാൽ നല്ല ചുവന്ന മസാല ദോശ കഴിച്ചു പിരിയാം. "

"ഒരു മുറി കൂടി പറഞ്ഞുവയ്ക്കാം, അല്ലേ? മറ്റന്നാൾ മുതൽ വേണം. "

"സാധാരണ മുറിയാണ്. സ്റ്റാർ സൗകര്യമൊന്നും ഉണ്ടാവില്ല. "

" അഞ്ചുപേരുള്ള മുറിയിൽ മൂന്നു വർഷം കഴിഞ്ഞ എന്നോടാണ്! വരൂ, വിശന്നിട്ടു വയ്യ. "

പൂജയുടെ വിവാഹം കഴിഞ്ഞയുടൻ ഞാൻ നന്ദനെ വിളിച്ചു.

"കല്ല്യാണത്തിരക്കൊക്കെ കഴിഞ്ഞോ?"

"ഉവ്വ്. നീ എവിടെയാ?"

"വെറുതേ അലഞ്ഞുതിരിയുന്നു. എവിടെയാണെന്ന് വല്ല്യ നിശ്ചയമില്ല. "

"നല്ല കാര്യം. ഞാൻ ഉടൻ തിരിക്കും. വരുമ്പോ അവിടെയുണ്ടാവണം. "

"ഞാൻ എത്തിയില്ലെങ്കിലും റെസ്റ്റോറന്റിൽ പോയി ഹരിഹരനെ കണ്ടാൽ മതി. "

"ഏത് ഹരിഹരൻ?"

"നിനക്കറിയാത്ത ഹരിഹരൻമാരിൽ ഒരാൾ. "

"നീ വൈകുമോ?"

"അറിയില്ല."

അവൻ വൈകിയില്ല. പെട്ടിയും ബാഗും മുറിയിൽ വച്ച് കുളിച്ചു വന്നപ്പോഴേക്കും ഇരുട്ടിക്കഴിഞ്ഞു.

"ഇന്നെന്താ പരിപാടി?"

"നടക്കാം?"

"ഈ തണുപ്പത്തോ?"

"രസമല്ലേ?"

എന്തൊക്കെയോ സംസാരിച്ചുകൊണ്ടുനടന്നു. ഇടയ്ക്ക് എവിടെയൊക്കെയോ ഇരുന്നു ചൂടു ചായ കുടിച്ചു. അവൻ പറഞ്ഞ കഥകളെല്ലാം എന്റെ സ്വന്തമായി.

"നിനക്കിതൊക്കെ എഴുതിക്കൂടെ?"-ചിലതു കേട്ടപ്പോൾ ഞാൻ തിരക്കി.

"എഴുതണം. "

"ഞാൻ എഴുതും. എനിക്കുമുണ്ടല്ലോ എഴുത്തിന്റെ അസ്ക്യത. "

"മോഷണവും ഉണ്ടോ?"

"കുറിച്ചു വയ്ക്കും വരെ കഥകൾ ആർക്കും സ്വന്തമല്ല."

"നല്ല ന്യായം. "

"കിഴക്കേടത്തു തറവാട്ടിലെ ഭവാനിയമ്മയുടെ മകൻ ശ്രീനന്ദനും ഉസ്മാൻ ഹാജിയുടെ മകൾ മെഹ്നാസും തമ്മിലെ ഇഷ്ടത്തിൽ പുതിയതായി ഒന്നുമില്ല. ക്ലീഷേ പ്രേമം. ആ കഥ വേണ്ട. കഴുത്തിൽ മറുകുള്ള ചന്തക്കാരിപ്പെണ്ണ് ഇപ്പോൾ അറബിനാട്ടിൽ സുഖമായി ജീവിക്കുന്നു. നീ താടിയും വളർത്തി ഇവിടെയും."

"അയ്യേ. അതൊക്കെ അന്നേ മറന്നു."

"ഇപ്പൊ പറഞ്ഞതോ?"

"ഓർത്തപ്പൊ പറഞ്ഞു."

"ഓർക്കാറുള്ളതിനെ മറന്നെന്നു പറയാമോ?"

" ഈ താടി ദീക്ഷയാണ്."

" ഭാര്യയ്ക്ക് കടിഞ്ഞൂൽ?"

"അതെ. ഇരുമ്പുലക്കയെ പ്രസവിക്കുമെന്നു ഋഷികൾ പ്രവചിച്ചിട്ടുണ്ട്."

"കുലം മുടിയുമെന്നുതന്നെ!"

"എരക കണ്ടാൽ പറയണം. മാറിനടക്കാനാണ്."

"നാളെ നമുക്ക് എവിടെയൊക്കെ പോകണം?"

"ടാൻസെന്റെ കുടീരം, ഗ്വാളിയർ ഫോർട്ട്- പിന്നെ സമയം പോലെ."

"നീ ശരിക്കും എന്തിനാണ് ഇവിടേക്ക് വന്നത്?"

"വെറുതേ."

"എനിക്ക് തോന്നുന്നില്ല."

"ഒരാളെ കൊല്ലാൻ, കുറച്ചു രത്നങ്ങൾ മോഷ്ടിക്കാൻ, പറ്റിയാൽ കുറച്ചു കഞ്ചാവ് കൈമാറാൻ- പോരേ?"

ജ

കിഴക്കേടത്തെ നാണിയമ്മ നാട്ടിലെ സുന്ദരിയായിരുന്നു. പതിനാലു തികഞ്ഞപ്പോൾ കോവിലകത്തു നിന്നും ആളു വന്നു. തമ്പുരാൻ പുടവകൊടുത്ത ശേഷവും നാണി മിക്കവാറും തറവാട്ടിൽത്തന്നെ തങ്ങി. ഗോവിന്ദനും ഇച്ചുക്കുട്ടിയും ജനിച്ചു അധികം കഴിയും മുൻപേ അവർ വിധവയായി.

ഗോവിന്ദൻനായർ ചെറുപ്പത്തിലേ അദ്ധ്വാനിയായിരുന്നു. അയാൾ കൃഷിയും കച്ചവടവും ഒരുപോലെ നോക്കിനടത്തി കുടുംബം പുലർത്തി. ഒരിക്കൽ വിരാജ്പേട്ടയിൽ പോയി വന്ന ഗോവിന്ദനൊപ്പം തിമ്മയ്യ എന്നൊരാളും ഉണ്ടായിരുന്നു. കാഴ്ചയ്ക്ക് സുഭഗൻ, പെരുമാറ്റത്തിൽ തികഞ്ഞ കുലീനതയും അന്തസ്സും കുടകന്റെ പ്രൗഢിയും. ഇച്ചുകുട്ടിക്ക് അയാൾ വരനാവുന്നതിൽ ആർക്കും എതിർപ്പുണ്ടായില്ല. അന്യജാതിയിൽ നിന്നു അന്യദേശക്കാരനായ ഒരാൾ എന്നൊരു തോന്നൽ തിമ്മയ്യയെ കണ്ട ആർക്കുമുണ്ടായില്ല. പതിനഞ്ചുകാരി ഇച്ചുക്കുട്ടിക്ക് ആളെ ശരിക്കു ബോധിച്ചു. നർമ്മബോധവും സ്വരഗാംഭീര്യവും മലയാളം പറയുമ്പോൾ ഉള്ള കൗതുകവും ഏവർക്കും ഇഷ്ടമായി.

തിമ്മയ്യയുടെ ബന്ധുക്കളായി ആരുമില്ലെന്നതും ഒരു കുറവായി തോന്നിയില്ല. ഒരു തവണയെങ്കിലും അയാളോട് സംസാരിച്ച ആരും ഇച്ചുക്കുട്ടിയുടെ ഭാഗ്യമെന്നല്ലാതെ ഒന്നും പറഞ്ഞില്ല. വിവാഹശേഷം അയാൾ രണ്ടുമാസത്തോളം നാട്ടിലുണ്ടായിരുന്നു. എന്നും വൈകുന്നേരം കസവുമുണ്ടും വേഷ്ടിയും ധരിച്ചു അമ്പലത്തിൽ പോകുന്ന തിമ്മയ്യയെ നാട്ടുകാർ ആരാധിച്ചു. ഏതു വിഷയത്തെക്കുറിച്ചും ജ്ഞാനമുണ്ടായിരുന്നു അയാൾക്ക്. സായാഹ്നസദസ്സുകളിൽ ഇടയ്ക്ക് അയാൾ കവിത ചൊല്ലി, ചിലപ്പോൾ ഹിന്ദുസ്ഥാനി സംഗീതം മൂളി, രസമുള്ള കഥകൾ പറഞ്ഞു. ഇച്ചുക്കുട്ടി തിമ്മയ്യയിലൂടെ കാണാത്ത നാടുകൾ കണ്ടു, കേൾക്കാത്ത ഭാഷകൾ കേട്ടു, പലതും അറിഞ്ഞു. ഒരുകെട്ട് തളിർവെറ്റിലയുമായി എന്നും ഉച്ചയൂണിനു ശേഷം അവർമാത്രമായി.

തിമ്മയ്യ എപ്പോഴും യാത്രയിലാവും എന്നതിനാൽ ഇച്ചുക്കുട്ടി തറവാട്ടിൽ തന്നെ നിൽക്കട്ടെ എന്നു തീരുമാനിക്കപ്പെട്ടു. തിമ്മയ്യ പോകുമ്പോൾ അവർ ഗർഭിണിയായിരുന്നു.

മാസങ്ങളോ വർഷങ്ങളോ ഇടവേളകളായാലും ഇച്ചുക്കുട്ടി പരാതിയില്ലാതെ തിമ്മയ്യയുടെ വരവും കാത്തിരുന്നു. കൃഷ്ണനും ശേഖരനും ഭവാനിയും ജനിച്ചു.

ഒരുദിവസം സന്ധ്യയ്ക്ക് ഗോവിന്ദൻ നായർ ഓടിക്കിതച്ച് തറവാട്ടിൽ വന്നുകയറി.

"എവ്ടെ അയാള്?"

"എന്താ ഗോയിന്നാ?"

"അമ്മേ ചതിപറ്റിപ്പോയല്ലോ നമുക്ക്. ഇച്ചുക്കുട്ടി എവിടേ?"

"ന്താ കാര്യംന്ന് പറയ്. അവള് കുളിപ്പൊരേലാ."

"അയാള് മാപ്ളയാമ്മേ."

"ന്റെ തേവരേ! ആരാ നിന്നോടിത് പറഞ്ഞെ? അസൂയക്കാര് പറഞ്ഞു പരത്തണ്തേ ആവുള്ളൂ. "

"അല്ലമ്മേ സത്യാണ്. "- വാതിലിനു പിന്നിൽ നിന്നും ഇച്ചുക്കുട്ടിയുടെ പതിഞ്ഞ സ്വരം.

"എന്ത്? നെനക്കറിവ്ണ്ടായ്ർന്നോ?"

"ഇന്നോട് പറഞ്ഞിട്ട്ണ്ട് ഏട്ടേ."

അപ്പോഴാണ് തിമ്മയ്യ കയ്യിൽ പ്രസാദവുമായി പടിപ്പുര കടന്നു വന്നത്.

"ആഹാ, ഗോവിന്ദൻ വന്നിട്ട് അധികമായോ?"- ചിരിച്ചുകൊണ്ട് തിമ്മയ്യ ഉമ്മറത്തേക്ക് കയറി.

"താൻ ഞങ്ങളെ ചതിച്ചു, അല്ലേ ?"

"എന്താ? എന്തായിത് ഗോവിന്ദാ? ഇയാൾ ഇരിക്കൂ. നമുക്ക് സംസാരിക്കാം."

"സംസാരോ? ഇപ്പൊ ഇറങ്ങണം ഇവ്ട്ന്ന്. മച്ചില് ഭഗവതീം തൊടീലു കാവുംള്ള കുടുമ്മായിത്. "

"ഏട്ടേ!"

"ഇച്ചുക്കുട്ടി മിണ്ടേണ്ട."

"മിണ്ടാതെ പറ്റല്ല് ഏട്ടേ. ഇന്നോട് ക്ഷമിക്കണം. ഏട്ട കൊണ്ട് വന്ന ആളാണ്, അന്ന് ഞാനൊന്നും പറഞ്ഞില്ലല്ലോ. ഇപ്പൊ ന്റെ കഴുത്തില് താലിവച്ച ആളാണ്, ന്റെ കുട്ട്യോൾടെ അച്ഛൻ. ഇദ്ദേഹം പോയാൽ കൂടെ ഞാനുംണ്ടാവും. "

"അമ്മ കേൾക്കണില്ലേത്? ഞാന് ഈ പടിയെറങ്ങാണ്. കൃഷ്ണനെ ഇങ്ങട്ടേക്ക് വിടില്ല ഞാൻ. അവൻ ന്റെ കുട്ടിയാ. ഞാൻ വളർത്തിയ ന്റെ മോൻ."

അമ്മയുടെയും പെങ്ങളുടെയും കരച്ചിൽ ഗോവിന്ദന്റെ മനസ്സലിയിച്ചില്ല. രാത്രി അമ്മയും ഇച്ചുക്കുട്ടിയും കരഞ്ഞുതളർന്നുറങ്ങി. പുലർന്നപ്പോൾ

തിമ്മയ്യയും പോയി എന്നവർ അറിഞ്ഞു. ഒരുവാക്ക് പറയാതെ, ഒരു കുറിപ്പ് പോലുമില്ലാതെ, അയാൾ പോയപ്പോൾ തലേന്ന് ജയിച്ച തന്റെ സ്നേഹം തോൽക്കുന്നത് ഇച്ചുക്കുട്ടി അറിഞ്ഞു.

൭

"ഈ മരത്തിലെ ഒരു ഇല എടുത്ത് ചവച്ചോ. ടാൻസന്റെ അനുഗ്രഹം കൊണ്ട് നല്ലോണം പാടാൻ കഴിയും. "- നന്ദൻ തമാശ പറയുകയാണോ എന്നു തോന്നി.

"നീ പാടുമോ?"

"ഉവ്വ്. ഇടയ്ക്ക് മഴപെയ്യിക്കേം വിളക്ക് തെളിയിക്കേം ഒക്കെയുണ്ട്. "

"തമാശ കളയ്. "

"പാടാറില്ല. കേൾക്കാൻ ഇഷ്ടമാണ്. നീയോ?"

" കർണ്ണാടകസംഗീതം ചെറുപ്പത്തിൽ പഠിച്ചിട്ടുണ്ട്. പാടാറില്ല. "

"എനിക്ക് ഹിന്ദുസ്ഥാനിയാണ് കൂടുതലിഷ്ടം. "

"രാഗങ്ങൾ കൊണ്ടു ചികിത്സ നടത്തുന്നതിനെക്കുറിച്ച് വായിച്ചിട്ടുണ്ട്. "

"മനസ്സിനെ ഒരു പ്രത്യേക തലത്തിലേക്ക് എത്തിക്കാൻ ചില രാഗങ്ങൾക്ക് കഴിയും. ഉവ്വാവ് മാറ്റണ മരുന്നാണോന്ന് അറിയില്ല. "

"നീ കോളേജിൽ ഒന്നിനും പങ്കെടുക്കാറില്ലായിരുന്നോ?"

"ഉവ്വ്. എന്തേ?"

"കണ്ടതായിട്ട് ഓർക്കുന്നില്ല. പി ജി ആയതോടെ ഒന്നും ശ്രദ്ധിക്കാറുമില്ലായിരുന്നു. "

"ഞാൻ ബി എയ്ക്ക് ചേരുമ്പോ നീ അവിടെയുണ്ട് അല്ലേ?"

"അതെ. സെക്കൻഡ് എം എയ്ക്ക്. "

"അതുകഴിഞ്ഞു ഡൽഹിക്ക് പോയി?"

"അല്ല, ഇടയ്ക്കൊരു കല്ല്യാണം കഴിക്കാമെന്നു വച്ചു. "

"ഓഹോ, എന്നിട്ടോ?"

"വീട്ടുകാർ ഒരു പൂംകൃതികാമനെ കൊണ്ടുവന്നു. മോതിരോം ജാതകോമൊക്കെ കൈമാറി. പിന്നെ അതങ്ങു വേണ്ടെന്ന് വച്ചു. "

"ആര്?"

"ഞാൻ തന്നെ. "

"ഉം ?"

"ശരിയാവില്ലെന്നു തോന്നി. "

"എന്നിട്ട്?"

"അഭ്യുദയകാംക്ഷികൾ കടിച്ചുകീറാൻ വന്നു. അഹങ്കാരം, വളർത്തുദോഷം എന്നിങ്ങനെ കുറേയൊക്കെ കേട്ടു. മടുത്തപ്പോഴാ ഡൽഹിക്ക് പോയത്. "

"അയാളിപ്പോ?"

"സുഹൃത്താണ്. "

"നാട്ടിൽ തന്നെയാണോ?"

"അതെ. സത്യം പറഞ്ഞാൽ അയാളാണ് നാട്ടിൽ ഒരു ജോലി ശരിയാക്കിത്തന്നത്. "

"നഷ്ടബോധം തോന്നുന്നോ?"

"തീരെയില്ല. നല്ല സുഹൃത്ത് നല്ല പാർട്ട്ണർ ആവണമെന്നില്ല. തിരിച്ചും. "

൭

മനസ്സുനിറയെ അച്ഛരനോട് വെറുപ്പും വൈരാഗ്യവുമായി കൃഷ്ണൻ തറവാട്ടിലെത്തി. വേണ്ടെന്ന് അമ്മാവൻ പറഞ്ഞില്ല. പെങ്ങളുടെ മനസ്സു നീറുമ്പോൾ സ്വയമുരുകുന്ന ആങ്ങളയായിരുന്നു ഗോവിന്ദൻ നായർ.

കൃഷ്ണൻ പഠിപ്പു നിർത്തി കച്ചവടത്തിൽ ശ്രദ്ധിച്ചുതുടങ്ങി. ശേഖരനും ഭവാനിക്കും ഒരുകുറവും വരാതിരിക്കാൻ അവൻ പ്രത്യേകം ശ്രദ്ധിച്ചു. തിമ്മയ്യ മടങ്ങിവരുമെന്നു ഇച്ചുക്കുട്ടിയും വന്നാൽ കൊല്ലുക തന്നെ ചെയ്യുമെന്ന് കൃഷ്ണനും കാത്തിരുന്നു.

ഇടയ്ക്കൊരിക്കൽ ഗോവിന്ദൻ നായർ കൃഷ്ണനെ വിളിപ്പിച്ചു. തിമ്മയ്യ വിരാജ്പേട്ടയിലുണ്ട് എന്നൊരു വിവരം കിട്ടിയിട്ടുണ്ടെന്നും കൂടാതെ പുതിയ ചില വാർത്തകളും അറിഞ്ഞെന്നും അദ്ദേഹം മരുമകനെ അറിയിച്ചു.

"അയാക്ക് ആറേഴ് ഭാര്യേം അതിലൊക്കെ മക്കളുംണ്ട് എന്നാ കേൾക്കണേ. ഇച്ചുക്കുട്ടി അറിയണ്ട കൃഷ്ണാ. അവള് സഹിക്കില്ല. "

"ഇനിക്കൊന്നു കാണണം അമ്മാമ്മേ. "

"വേണ്ട മോനേ. മനസ്സീന്ന് കളയ്ന്നതാ നല്ലത്. കുടുമ്മത്തൊരു തൊണ നീയേള്ളൂ. "

എങ്കിലും കൃഷ്ണൻ വിരാജ്പേട്ടയ്ക്ക് പോയി. യാത്രയ്ക്കുള്ള ദേഹസുഖം ഇല്ലാത്തതിനാൽ ഗോവിന്ദൻ നായർ ആശ്രിതനായ ഗോപിയെ കൃഷ്ണന് തുണയ്ക്കു വിട്ടു. മടങ്ങി വന്ന ഗോപിയ്ക്ക് പറയാനുണ്ടായിരുന്നത് പുതിയ കഥയാണ്.

"ഇട്പ്പിലൊരു കത്തീമായിട്ടാ കൃഷ്ണൻകുട്ടി പൊറപ്പെട്ടത്. എനിക്ക് പേടിണ്ടായ്ർന്നേ! ദേഷ്യം മൂത്ത് വല്ല കടുംകയ്യും കാട്ടിയാ പെട്ടില്ലേ? ചന്തേല് വച്ചാ കണ്ടത്. പണ്ട് നമ്മള് പോയ ആ കടേല് തന്നെ. ദൂരെന്ന് ചൂണ്ടിക്കാട്ടിക്കൊടുത്തു ഞാന്. കുട്ടി പോയി എന്തോ പറേന്നതും മൂപ്പര് ചിരിച്ചോണ്ട് തോളില് കയ്യിട്ട് കൊണ്ടോണതും കണ്ടു. ഇത്തിരി കഴിഞ്ഞ് രണ്ടാളും കൂടി വരണു. കുട്ടി ചോദിക്ക്യാണേ അച്ഛരൻ വീട്ടിലിക്ക്

വർണില്ലേന്ന്! ദെന്ത് മായാജാലം! കൊല്ലാൻ പോയ കുട്ടേ്യ മൂപ്പര് എന്ത് പറഞ്ഞാ വശത്താക്കേ്യ ആവോ. വല്ലാത്ത വൈഭവം തന്ന്യാണേ. "

~

"ഗോയ്ന്നമ്മാൻ പിന്നെ വല്യമ്മാമ്മയോട് മിണ്ടീട്ടില്ല. "- നന്ദൻ ചിരിച്ചു.

"നിന്റെ മുത്തശ്ശൻ ആളു കൊള്ളാല്ലോ! ശരിക്കും ഒരു മിസ്റ്ററി. "

"രസം അതൊന്നുമല്ല. മരിക്കുംവരെ മുത്തശ്ശിയ്ക്ക് ആളെ ജീവനായിരുന്നു. ആരെങ്കിലും ദോഷം പറഞ്ഞാൽ പ്രാകി കണ്ണുപൊട്ടിക്കും. "

"മുത്തശ്ശൻ എപ്പോഴാ മരിച്ചത്?"

"അറിയില്ല. വയ്യാതെ കിടന്നപ്പോ വല്യമ്മാമ്മ പോയി വിളിച്ചു. എന്നിട്ടും വന്നില്ല. "

"വേറെ വീടുകളും ഉണ്ടായിരുന്നില്ലേ?"

"ഉവ്വ് - അവിടേം ഒക്കെ ഇങ്ങനെ തന്നെ. അതിൽ നാലു വീടുമായി ഞങ്ങളിപ്പോ നല്ല അടുപ്പമാണ്. കാഞ്ഞങ്ങാടും പാലക്കാടും സേലത്തും മൈസൂരും- ഇനിയുമുണ്ട് എന്നാ കേൾവി. "

"നീയാവും ഇവരെയൊക്കെ തപ്പിയെടുത്തത്. "

"ഏയ് വല്യമ്മാമ്മയാണ്. "

"ഗോവിന്ദൻ മുത്തശ്ശൻ?"

"മരിച്ചു. എന്നെ ആൾക്ക് കണ്ടൂടായിരുന്നു. കണ്ടാൽ എപ്പോഴും ചീത്ത പറയും. മുത്തശ്ശിക്ക് എന്നോട് പ്രത്യേക സ്നേഹോം. വല്യമ്മാമ്മ പറഞ്ഞപ്പോളാ അറിയുന്നത് - എനിക്ക് പുള്ളിയുടെ ഛായ ഉണ്ടത്രേ. "

"അയ്യേ, ഇതു വരേം മനസ്സിൽ നല്ല സുന്ദരനായ ഒരാളുടെ രൂപമായിരുന്നു. നിന്നെപ്പോലെയോ?"

"ഞാൻ സുന്ദരനല്ലേ?"

"ഇത്തിരിനാളും കൂടി വീതിനെറ്റി ബുദ്ധിയുടെ ലക്ഷണമാണെന്ന് പറഞ്ഞു നിൽക്കാം. അസ്സല് കഷണ്ടിയാവാൻ വല്യ താമസമില്ല."

"നാളെ ഡാൻസി റാണി കുതിരപ്പുറത്തിരുന്ന് ചാടിയ പോയിന്റിൽ കൊണ്ടുപോയി നിന്നെ ഉന്തിയിട്ടു കൊല്ലും."

~

സാസ്-ബഹു ക്ഷേത്രം കണ്ടിറങ്ങി തിരിച്ചു ഫോർട്ടിലേക്ക് നടക്കുമ്പോൾ നന്ദൻ ചിരിക്കുകയായിരുന്നു.

"എന്തോ കുന്നായ്മ ആലോചിക്കുന്നുണ്ട്. "

"ഏയ്, ഈ ക്ഷേത്രത്തിന്റെ കാര്യം ഓർത്തതാ. അമ്മായിയമ്മയ്ക്ക് വിഷ്ണു, മരുമോൾക്ക് ശിവൻ- രാജാക്കന്മാരായതു കൊണ്ടു രണ്ട് ക്ഷേത്രം കെട്ടി ഒതുക്കി. നാട്ടിലാണെങ്കിൽ കോടതിയിൽ അമ്മായിയമ്മപ്പോര് കേസ് ഒന്നുകൂടി."

"നീ അത്തരം കേസൊക്കെ എടുക്കാറുണ്ടോ?"

"ഛെ ലജ്ജാവഹം! പ്രമാദമായ കൊലപാതകക്കേസുകളിൽ പ്രതിക്ക് വേണ്ടി വാദിച്ചു വാദിയ്ക്ക് തൂക്കുകയർ വാങ്ങികൊടുക്കുന്ന എന്നോടോ? ഒന്ന് പോടീ- ഏത്തക്കുല കട്ട കേസാണെങ്കിലും എടുക്കും. ജീവിച്ചുപോകണ്ടേ?"

"എനിക്ക് കുറച്ചു സ്വീറ്റ്സ് വാങ്ങണം. "

"ഗജക് ആയിരിക്കും. "

"എന്തായാലും മതി. "

"വാങ്ങിക്കളയാം. "

പഹൽക്കാ ബസാറിൽ നിന്നു ഗജക്കും കാജൂ ബർഫിയും നാലഞ്ചു പൊതികളായി വാങ്ങിക്കൂട്ടി.

"നിനക്ക് വേണ്ടേ?"

"എന്തിന്!"

"വീട്ടിൽ കൊടുക്കണ്ടേ? ഫ്രെണ്ട്സ്?"

"വേണോ? അങ്ങനെയൊന്നും പതിവില്ല. "

"വേണ്ടെങ്കിൽ വേണ്ട."

കാജൂ ബർഫി നുണഞ്ഞുകൊണ്ട് നടക്കുമ്പോൾ നന്ദൻ നാട്ടിലെ കശുമാവുകളുടെ കഥ പറഞ്ഞു.

൭

സഹോദരങ്ങൾക്ക് വേണ്ടി ജീവിച്ച കൃഷ്ണൻ നായർ വിവാഹം കഴിച്ചില്ല. ശേഖരൻ നായർ പണ്ടേ ഒന്നിലും താല്പര്യമില്ലാതെ ഒരു മൂലയ്ക്ക് ചുരുണ്ടിരിക്കുന്ന പ്രകൃതം. കൃഷിയോ കച്ചവടമോ പഠിത്തമോ ഒന്നിലുമില്ല താൽപര്യം. എങ്കിലും പ്രായമായപ്പോൾ ജ്യേഷ്ഠൻ മുൻകൈയെടുത്തു വിവാഹം നടത്തി. ഗോവിന്ദൻ നായരുടെ ഇളയ മകൾ സരോജിനി ആയിരുന്നു വധു.

"അപ്പൊ വിരോധമൊക്കെ മറന്നു അല്ലേ?"

"മുത്തശ്ശന് അത്രയ്ക്ക് ഇഷ്ടമായിരുന്നു വല്യമ്മാമ്മയെ. ഇങ്ങോട്ട് തന്നെയാണ് ആലോചന വച്ചത്. ഗോപിയെ വിട്ടു വിളിപ്പിച്ചു. വല്യമ്മാമ്മ സരോജിനിയമ്മായിയെ വിവാഹം ചെയ്യണമെന്ന് പറഞ്ഞു. "

പത്തുപതിനാറു വയസ്സു വരെ വളർന്ന വീടാണ്, സരോജിനി കുഞ്ഞുപെങ്ങൾ തന്നെയായിരുന്നു. കൃഷ്ണൻ നായർക്ക് അത് ചിന്തിക്കാൻ

കൂടി പ്രയാസമായിരുന്നു. അങ്ങനെയാണ് അനുജന് വേണ്ടി ആലോചിച്ചത്.

"ഏട്ടന്റെ കഴിഞ്ഞ് മതി നിയ്ക്ക്. "- ശേഖരൻ പറഞ്ഞു നോക്കി.

"അത് നീ നോക്കേണ്ട. ഭവാനിടെ കാര്യമായാലും തിരക്ക് കൂട്ടണ്ട കാര്യല്ല. മാധവൻ പഠിക്കല്ലേ. നമ്ക്ക് ഇത് ആദ്യം നടത്താം. "

ശേഖരന് കവലയിൽ ഒരു കടമുറി വാങ്ങി കൃഷ്ണൻ കടയിട്ടുകൊടുത്തു. ഉത്തരവാദിത്തം ഉണ്ടാവാൻ ഞാറ്റുപുര വൃത്തിയാക്കി കട്ടിലും കസേരയും അടുക്കളയും സഹിതമൊരു വീടാക്കികൊടുത്തു. വിളിപ്പാടകലെ അദ്ദേഹം കാവലിരുന്നു.

ശേഖരൻ നായർക്ക് രണ്ട് ആണമക്കളുണ്ടായി. ഹരിദാസനും പരമേശ്വരനും. ദാസൻ വല്യച്ഛരനെയും പരമൻ അച്ഛരനെയും കണ്ടുപഠിച്ചു.

പരമനെക്കാൾ രണ്ടുവയസ്സിനു താഴെയായി നന്ദൻ ജനിച്ചു.

കൃഷ്ണൻ നായർ എവിടെനിന്നോ രണ്ടു കശുമാവിൻ തൈകൾ കൊണ്ടുവന്നു. ദാസനെയും പരമനെയും കൊണ്ട് ഞാറ്റുപുരയ്ക്ക് കുറച്ചകലെയായി രണ്ടും നട്ടുപിടിപ്പിച്ചു. മാധവൻ നായരുടെ ഉദ്യോഗാർത്ഥം എറണാകുളത്തേക്ക് താമസം മാറിയ ഭവാനിയും നന്ദനും ഇടയ്ക്കുമാത്രം തറവാട്ടിൽ പോയി കുറച്ചുനാൾ തങ്ങി.

വളരുംതോറും വീടിനും നാടിനും കൊള്ളാതായ പരമന് ആകെ കുറച്ചെങ്കിലും സ്നേഹമുണ്ടായിരുന്നത് നന്ദനോടാണ്. മുതിർന്നപ്പോഴും ആ സ്നേഹം അയാൾ നിലനിർത്തി.

ആ രണ്ടു കശുമാവുകൾ എല്ലാം കണ്ടിട്ടെന്ന പോലെ വളർന്നു. ദാസൻ നട്ടത് യഥാകാലം പൂവിടുകയും കശുമാങ്ങകൾ ഉണ്ടാവുകയും ചെയ്തു. പരമൻ നട്ടതാവട്ടെ വെറുതേ ഇലയും പൊഴിച്ച് നിന്നു.

"പരമേട്ടന്റെ കാര്യം കടുപ്പമാണ്. ഇല്ലാത്ത ദുശ്ശീലങ്ങൾ കുറവ്. കള്ളുകുടിയും ബീഡിവലിയും പണ്ടേ തുടങ്ങി. സ്ത്രീകളോടുള്ള ശല്യം വേറെ. വല്യമ്മാമയെ വിചാരിച്ചു നാട്ടുകാർ പലവട്ടം ക്ഷമിച്ചു. ഒടുവിൽ അവർ കെട്ടിയിട്ടു തല്ലി. "- നന്ദൻ പറഞ്ഞു.

"എന്താ അയാൾ അങ്ങനെ?"

"പൊതുജനം പലവിധം എന്നല്ലേ! കല്ല്യാണം കഴിച്ചാൽ ഭേദമാകും എന്നുപറഞ്ഞു അതും നടത്തി. ഒരു പാവപ്പെട്ട വീട്ടിലെ കുട്ടിയാണ്. എന്റെകൂടെ സ്കൂളിൽ പഠിച്ചിട്ടുണ്ട് അവൾ. കാണുമ്പോൾ വിഷമമാണ്. "

"വല്യമ്മാമ്മ?"

"കഴിഞ്ഞകൊല്ലം മരിച്ചു. മരിക്കുന്നതിന് തൊട്ടുമുമ്പും പരമേട്ടനെ കാണണം എന്നു പറഞ്ഞു. തല്ലും വഴക്കും തന്നെയായിരുന്നു ചെറുപ്പത്തിൽ. എങ്കിലും ഏറ്റവുമിഷ്ടവും അയാളോടായിരുന്നു. ഞാൻ മുൻപ് പറഞ്ഞില്ലേ

ഗോവിന്ദൻ മുത്തശ്ശന്റെ കാര്യം? എന്നെ കാണുന്നത് തന്നെ ചതുർത്ഥിയായിരുന്നു. ഒടുവിൽ മരിക്കാൻ കിടന്നപ്പോൾ ചോദിച്ചത് എന്നെയാണ്. അടുത്ത് ചെന്നിരുന്നപ്പോൾ കൈപിടിച്ചു കുറേ നേരം മുഖത്തേക്ക് നോക്കിക്കിടന്നു. "

"നിന്റെ മുത്തശ്ശനെ പിന്നെ അന്വേഷിച്ചില്ലേ?"

"വല്യമ്മാമ്മ ഇടയ്ക്ക് പോകാറുണ്ടായിരുന്നു. ഒടുവിൽ പോയപ്പോൾ ആളവിടെയില്ല. എവിടെയോ പോയെന്ന്!"

"നല്ല പ്രായമായിക്കാണില്ലേ ആൾക്ക്?"

"ഇപ്പോൾ ഉണ്ടെങ്കിൽ തൊണ്ണൂറെങ്കിലും ആവും."

"പോയിട്ടിപ്പോ എത്രയായി?"

"ഇരുപത് കൊല്ലത്തിൽ കൂടുതലായി."

"നീ കണ്ടിട്ടുണ്ടോ ആളെ? പടമോ മറ്റോ?"

"ഇല്ല. കാണണമെന്നുണ്ട്. എന്തോ ഒരു പ്രത്യേകതയുള്ള ആളായിരുന്നു. "

"എനിക്കും തോന്നുന്നു കേൾക്കുമ്പോ. ഒരുകാര്യം ചോദിക്കട്ടെ? നിന്റെ ഈ വരവും ആ മുത്തശ്ശനുമായി എന്തോ ബന്ധമില്ലേ?"

"ഉണ്ടായിരുന്നു. എന്റെ രീതിക്ക് ഞാൻ കുറേ അന്വേഷണമൊക്കെ നടത്തിനോക്കി. ഇവിടെ പുള്ളിക്ക് ഒരു കുടുംബമുണ്ടായിരുന്നു എന്നറിഞ്ഞു. "

"എന്നിട്ട്? അവരെ കണ്ടോ?"

"അവിടെപ്പോയി, വന്ന ദിവസം തന്നെ."

"എന്നിട്ട്?"

"ഒന്ന് അനങ്ങാൻ പോലും വയ്യാതെ ഒരു സുന്ദരി മുത്തശ്ശി അവിടെ കിടപ്പുണ്ട്. വീട്ടുകാർക്ക് കൂടുതലായി ഒന്നുമറിയില്ല. ആ ബന്ധത്തിൽ മക്കളില്ല. ആ മുത്തശ്ശി എന്റെ മുഖത്തേക്ക് തന്നെ നോക്കി, അവരുടെ കണ്ണു നിറഞ്ഞു. മുത്തശ്ശനോടുള്ള സ്നേഹം കണ്ണിൽ ഉണ്ടായിരുന്നു. "

"ചതിച്ചു എന്നു കാണുന്നവർക്ക് തോന്നുന്ന ആ ബന്ധങ്ങളിലെല്ലാം മുത്തശ്ശനെ അവരൊക്കെ അത്രേം സ്നേഹിക്കാൻ കാരണമെന്താവും?"

"അറിയില്ല. അതു പറയാൻ ആരെങ്കിലും എവിടെയെങ്കിലും ബാക്കിയുണ്ടോ എന്നാണ് ഞാനും തിരക്കുന്നത്. "

෨

പ്ലാറ്റ്ഫോമിൽ കണ്ടുമുട്ടിയവർ രണ്ടുദിവസത്തിനു ശേഷം അവിടെത്തന്നെ വേർപിരിഞ്ഞു.

"നന്ദൻ, പരിചയപ്പെടാൻ സാധിച്ചതിൽ ഒരുപാട് സന്തോഷം. ഫോർമാലിറ്റിക്ക് പറയുന്നതല്ല. അറിയാല്ലോ. കീപ് ഇൻ ടച്ച്. "

"ഷുവർ. നമ്മൾ ഒരേ നഗരത്തിലാണ്. ഒരു വിളിപ്പാടകലെ. ഇടയ്ക്ക് കാണാം. "

"നിന്റെ അന്വേഷണം ഉടൻ പൂർത്തിയാവട്ടെ. ഞാനും കാത്തിരിക്കുന്നു. "

ഒരുപാട് ചോദ്യങ്ങൾക്ക് ഉത്തരം കിട്ടാതെ ഒരുദിവസം നന്ദൻ മാഞ്ഞുപോയി.

ഞങ്ങൾ മുടങ്ങാതെ ശനിയാഴ്ച്ചകളിൽ കാണുകയും മിക്കവാറും ഫോണിൽ സംസാരിക്കുകയും ചെയ്തിരുന്നു. പെട്ടെന്നൊരു ദിവസം എല്ലാം നിന്നു. അന്വേഷിച്ചുപോയപ്പോൾ അവൻ ജോലി ഉപേക്ഷിച്ചു എന്നറിഞ്ഞു. എവിടെയാണെന്ന് അറിയില്ലെന്ന് സുഹൃത്തുക്കൾ. പറഞ്ഞുകേട്ട ഓർമ്മ വച്ചു അവന്റെ നാട്ടിൽ പോയിനോക്കി. അവൻ പറഞ്ഞ കഥയിലെ കഥാപാത്രങ്ങളെ നേരിട്ടുകണ്ടു. അവൻ കഴിഞ്ഞ ആഴ്ച്ച വന്നുവെന്നും ഒരു യാത്രയുണ്ട്, ഇടയ്ക്ക് ഇങ്ങോട്ട് വിളിച്ചോളാം എന്നു പറഞ്ഞുവെന്നും അറിഞ്ഞു.

അവന്റെ അമ്മ വിളമ്പിയ ചോറുണ്ട ശേഷം ആ തൊടിയിലൂടെ നടന്നു. കശുമാവുകൾ കണ്ടു. രണ്ടിനു പകരം മൂന്ന്.

"ദാസേട്ടനും പരമേട്ടനും നന്ദനും നട്ടതാ പണ്ട്. "- മായ പറഞ്ഞു. നന്ദന്റെ പഴയ കൂട്ടുകാരി.

നന്ദൻ നട്ട മരത്തിൽ മിന്നലേറ്റിരിക്കുന്നു. പേടിപ്പെടുത്തുന്ന പോലെ അതു കറുത്തുനിന്നു.

"ഇത്?"

"കഴിഞ്ഞ ആഴ്ച്ച വല്ലാത്ത ഇടീം മിന്നലും ഉണ്ടായിരുന്നു. നനഞ്ഞു കുളിച്ചാ നന്ദൻ വന്നു കയറിയത്. പിറ്റേന്ന് പോയി. "

മനസ്സ് ആകെ അസ്വസ്ഥമാണ്.

നന്ദൻ എവിടെയാണ് ? ഒരുവാക്കു പറയാതെ പോയതെന്ത് ? എന്ത് ഉത്തരം തേടിയാണോ അവൻ പോയത്, അതിപ്പോൾ എന്റെ കണ്ണുകളിലുണ്ട്. അതു കാണാൻ മടങ്ങിവരുമെന്നു പ്രതീക്ഷിച്ചു കാത്തിരിക്കുന്നു.

11

പുനരുദ്ധാരണം

"അന്നദാനോം മറ്റും നടത്താനായിട്ട് ഒരു ഹാള് അത്യാവിശ്യാണ്."

"ചുറ്റമ്പലം മുഴ്വനും സിമന്റിടാം. അടിച്ചുവാരല് എളുപ്പാവും."

"ചുമരിലപ്പടി ചന്നനോം കരീമായ്ട്ട് ആകെ വൃത്തികേടാ. അദ് കൂടി നോക്കാ."

"നാഗര്ടെ തറ ആകെ പൊളിഞ്ഞുകെടക്കാണ്."

"എമ്പ്രാന്തിരിക്ക്ള്ളത് കുറച്ചൂടി കൂട്ടണംന്ന് ആവശ്യം പറഞ്ഞിട്ടെണ്ട്."

"ഉത്സവത്തിന് മുൻപ് ഇതെല്ലാം തീർക്കണം."

"അപ്പൊ എങ്ങന്യാ കാര്യങ്ങള്?"

"ഫണ്ട് ആയിട്ട് തന്നെ തുടങ്ങാം. പിന്നെ ആർക്കാ എന്താ സംഭാവനാന്ന് താൽപര്യം പോലെ അതിലേക്ക് ആവാം."

"നോട്ടീസ് അടിക്കണം. "

"ചെലയിടത്ത് നേരിട്ട് പോയി സംസാരിക്കാം. "

"പഴേ തറവാട്ടുകാരേം പിന്നെ ചില പുതിയ കൂട്ടരേം. "

"പ്രസിഡന്റ് എന്താ മിണ്ടാണ്ട് ഇരിക്കണേ?"

"ഏയ്, എല്ലാം കേട്ട് ഇരുന്നൂന്നേള്ളൂ. അങ്ങനാട്ടെ എല്ലാം. "

ഭക്തജനങ്ങളേ,

നമ്മുടെ നാടിന്റെ ഐശ്വര്യമായ ശ്രീ കറുകപ്പറമ്പ് ഭഗവതി ക്ഷേത്രം പുനരുദ്ധാരണം ചെയ്യാൻ ഉദ്ദേശിക്കുന്ന വിവരം ഏവരേയും സസന്തോഷം അറിയിച്ചുകൊള്ളട്ടെ. ഇതിലേക്ക് ഏവരും ഉദാരമായി സംഭാവന നൽകണമെന്ന് വിനീതമായി അഭ്യർത്ഥിക്കുന്നു.

പ്രസിഡന്റ്

ശ്രീ കറുകപ്പറമ്പ് ഭഗവതി ക്ഷേത്രകമ്മിറ്റി

"ആയിരം രൂപയിൽ കുറയാണ്ട് തന്നെ കൊടുക്കണം."

"ഞാൻ കടേന്ന് കുറേ ടൈല് കൊടുക്കാമെന്ന് ഏറ്റിട്ട്ണ്ട്."

"നന്നായി. ആ വടക്കേലെ ചന്ദ്രൻകുട്ടി ഗേറ്റ് കൊടുക്കാന്ന്."

"പുതുശ്ശേരീന്ന് ഹാളിന് വലിയൊരു തുക കിട്ടീത്രേ."

പുനരുദ്ധാരണം കഴിഞ്ഞ് പുതിയ മുഖവുമായി ക്ഷേത്രം തിളങ്ങിനിന്നു.

താമര കൊത്തിയ ഗേറ്റിൽ വലിയ അക്ഷരങ്ങളിൽ 'ഗോകുൽ രാഹുൽ'.

'സുരേന്ദ്രൻ മാർബിൾസ് ആൻഡ് ടൈൽസ്' വക കടും നിറമുള്ള, വിൽക്കാതെ കെട്ടിക്കിടന്ന, ടൈലുകൾ.

'പുതുശ്ശേരി വക അന്നദാന ഹാൾ'.

പുതിയ വിളക്കുകളിലും പൂജാപാത്രങ്ങളിലും തറവാടിത്തവും പ്രവാസപ്പെരുമയും.

ഒരു തെച്ചിമാലയുമായി ഉണ്ണിമായമ്മ അന്നും ദീപാരാധന തൊഴാനെത്തി. എൺപതാം കാലത്തും മുടക്കാത്ത ശീലം. ഓടിക്കളിച്ച മണലും ഭിത്തിയിൽ ഒരുപാട് ഓർമ്മകളുടെ കൈപ്പാടുകളും എണ്ണക്കറയും കാണാതായിരിക്കുന്നു.

"ന്റെ ഭഗവതീ, ഇതേള്ളൂ നിയ്ക്ക് തരാൻ. ഇവിടെ നിക്കാൻ തന്നെ നാണക്കേട് തോന്നണു. ഇല്ല്യാഞ്ഞിട്ടാന്ന് അറിയാല്ലോ. "- അവരുടെ കണ്ണുകൾ നിറഞ്ഞൊഴുകി.

പ്രദക്ഷിണം ചെയ്യുമ്പോൾ കാലൊന്നിടറി. അപ്പോൾ കയ്യിൽ ഒരു കൈപ്പത്തിയുടെ ചൂടറിഞ്ഞു. "അമ്മേ, സൂക്ഷിച്ച്! പഴയ പോലെയല്ലാട്ടോ. വഴുക്കും. നമുക്ക് ഇതൊന്നും പറ്റില്ല, അല്ലേമ്മേ? ഇനി വരെണ്ടാട്ടോ. എല്ലാരും ഓരോന്ന് എടുത്ത സ്ഥിതിക്ക് ബാക്കിള്ളത് ഞാനാ. ഞാനും വര്വാ."

മടങ്ങിപ്പോകുമ്പോൾ ഉണ്ണിമായമ്മയുടെ മനസ്സിൽ ആയിരം നിലവിളക്കുകൾ തെളിഞ്ഞുനിന്നു.

12

ഋതുവോർമ്മകൾ

ആദ്യമായി ഞാൻ അവനെ കാണാൻ പോയപ്പോൾ ആകെ തുടുത്തുനിന്ന ഒരു പൂവാക അടയാളം കണ്ടുവച്ചിരുന്നു. ഇപ്പോഴും അതേ കാലമാണ് - വേനലിന്റെ മടിയിൽ വർഷം മെല്ലെയുണരുന്നു.

പുഴയുടെ അടുത്തായി നേർത്ത തണുപ്പുള്ള ഒരു ചെറിയ മുറിയായിരുന്നു അത്. ഒരു പ്രത്യേക സുഗന്ധം അവിടെ നിറഞ്ഞുനിന്നു. അവിടെ പഴയ മട്ടിലുള്ള ഒരു തടിക്കസേരയും മേശയും വലിയൊരു സപ്രമഞ്ചക്കട്ടിലുമുണ്ടായിരുന്നു.

"എന്തായിത്? രാജയോഗമാണല്ലോ!"- അവൻ ഫ്ളാസ്ക്കിൽ നിന്നു പകർന്നു തന്ന ഇഞ്ചിയുടെ സ്വാദുള്ള ചായ മൊത്തിക്കുടിച്ചുകൊണ്ട് ഞാൻ തിരക്കി. "ചുമന്നു മാറ്റാനുള്ള ബുദ്ധിമുട്ടും കൂലിയുമൊക്കെ ഓർത്തപ്പൊ എന്റെ പിശുക്കൻ വീട്ടുടമ കാണിച്ച സൗമനസ്യം." - അവൻ ചിരിച്ചു.

"നീ ഒന്നിലും നല്ലതൊന്നും കാണില്ലല്ലോ."

"ഞാനിപ്പൊ ദോഷം പറഞ്ഞൊ?"

"അതുപോട്ടേ, എന്തായിത് നല്ലൊരു മണം ?"

"പണ്ടുപണ്ട് ഒരു മുനിയെ പുഴ കടത്തി വിട്ടപ്പൊ ഒരു വരം തന്നു."

"ഓഹോ? സുഗന്ധം മാത്രമല്ല മുനി കൊടുത്തത് എന്നാണ് കേൾവി. "

"അങ്ങനൊരു മകനുണ്ടെങ്കിൽ എത്ര നന്നായിരുന്നു! ഒരു രാജ്യത്തിന്റെ കഥ എഴുതിയവൻ, ചരിത്രത്തിന്റെ വരികൾക്കിടയിൽ ദൈവങ്ങളെ സൃഷ്ടിച്ചവൻ."

"ഒരു മകനുണ്ടാകുമ്പോൾ മിടുക്കനായി വളർത്തൂ. കളി മതിയാക്കി പറയൂ, എന്താ ഈ മണം ?"

"താമരപ്പൂവിന്റെ."

"എവിടുന്ന് ?"

"പുക വരുന്ന വഴി നോക്ക് വിഡ്ഢീ."

"ഓ ചന്ദനത്തിരിയോ!"

"ചന്ദനമല്ല, താമര. എനിക്ക് ഈ മണം ഒരുപാടിഷ്ടമാണ്. ഉള്ളിലൊരു തണുപ്പ് തോന്നും. കൃഷ്ണനെ ഓർമ്മ വരും."

"കൃഷ്ണനോ? നിനക്കും ഭക്തിയോ?"

"ഓർത്താൽ ഭക്തിയാവുമോ? എന്റെ നാട്ടിൽ ഒരു കൊച്ചു അമ്പലമുണ്ട്. വലിയൊരു കുളത്തിന്റെ കരയിൽ. നിറയെ താമര വിരിഞ്ഞുനിൽക്കുന്ന കുളം. ചെറുപ്പത്തിൽ ഞാൻ എന്നും അവിടെ പോകുമായിരുന്നു. "

"കാട്ടുകോഴിയാകുന്നതിന് മുൻപുള്ള നല്ലകാലം,അല്ലേ?"

"ചായ വേണോ?"

"വേണം. നല്ല രുചി. എവിടുന്നാണ്?"

"പുറകിൽ ഒരു ചായ്പ്പുണ്ട്. ചില്ലറ പാചകമൊക്കെ വശമുണ്ടെന്നു കൂട്ടിക്കോ. ഒരു മണിക്കൂർ ശല്ല്യം ചെയ്യാതെ ഇരിക്കാമെങ്കിൽ ഊണ് തരാം. "

"ഞാനും കൂടാം."

"വേണ്ട. തൊട്ടശുദ്ധമാക്കണ്ട. കഴിക്കാറാവുമ്പോ വിളിക്കാം. അവിടെ ഷെൽഫിൽ പുസ്തകങ്ങളുണ്ട്, ദേ ആ പെട്ടിയിലും കാണും കുറച്ചൊക്കെ. ബാത്ത്റൂം പുറത്താണ്. കുളിയോ തേവാരമോ വേണമെങ്കിൽ. "

"ഞാൻ എന്താ വല്ല കാട്ടിൽ നിന്നും വരുന്ന വഴിയാണോ!"

"വെജിറ്റേറിയൻ ഊണ് മതിയല്ലോ അല്ലേ?"

"എന്തായാലും വായിൽ വച്ചു തിന്നാൻ പറ്റിയാൽ മതി."

അവന്റെ പുസ്തകങ്ങളിലൂടെ ഞാൻ ഒന്നു പരതി. പല വിഷയങ്ങൾ -സൂഫിസം മുതൽ പൈങ്കിളി നോവലുകൾ വരെ. അവന്റെ പ്രിയപ്പെട്ട "സോർബ ദ് ഗ്രീക്ക് " തന്നെ ഞാൻ തിരഞ്ഞെടുത്തു. വാനോളം വാഴ്ത്തുമൊഴികൾ ചൊരിഞ്ഞിട്ടുണ്ട് അവൻ.

ഇടയ്ക്ക് അവൻ വെള്ളവും ഓറഞ്ചും കൊണ്ടുവന്നു. "വിശന്നു തുടങ്ങിയോ?"

"ഇല്ല. ദാഹിക്കുന്നുണ്ട്. ഓറഞ്ച് ഇവിടെ ഇല്ലാതിരിക്കില്ല എന്നറിയാം."

"നീ മറന്നില്ല അല്ലേ?"

"ഇല്ല. പത്തെണ്ണം നീ ഒറ്റയിരുപ്പിനു തിന്നിട്ട് ഒരു അല്ലി മാത്രം എനിക്ക് തന്നത്. "

"ആ കടം തീരട്ടെ. ഇത് മുഴുവൻ നീ തിന്നോ. "

അങ്ങനെ പറഞ്ഞെങ്കിലും ഓറഞ്ച് പൊളിച്ചു തുടങ്ങിയപ്പോൾ അവൻ അടുത്തുവന്നിരുന്നു. "ഒരല്ലി കിട്ടിയാൽ കഴിക്കാം. " കൊച്ചുകുഞ്ഞിന്റേതു പോലെയുള്ള ആ ചിരി കണ്ടപ്പോൾ കൊടുക്കാതിരിക്കാനും തോന്നിയില്ല.

ചോറും മുളപ്പിച്ച പയറു കൊണ്ട് തോരനും മോര് കാച്ചിയതും അച്ചാറും കൂട്ടി ഞങ്ങൾ ഊണ് കഴിച്ചു. "നല്ല അച്ചാറ്."

"ഞാൻ ഉണ്ടാക്കിയതല്ലെന്ന് വച്ചാണ് പുകഴ്ത്തിയതെങ്കിൽ തെറ്റി. നാട്ടിൽ പോയപ്പോൾ ഞാൻ തന്നെ ഇട്ടതാണ്."

"എല്ലാം നന്നായിട്ടുണ്ട്. നിനക്കു ഇത്രയും കൈപ്പുണ്യം ഉണ്ടെന്ന് ഞാനറിഞ്ഞില്ല."

"ഊണ് കഴിഞ്ഞു മൂന്നുപേരെ തിന്നുന്ന ശീലമുണ്ടോ ?"

"ഇല്ല. നാലുപേർ ചുമക്കട്ടെ."

അവന്റെ നെഞ്ചിൽ തല ചേർത്തു കിടന്ന് കുറച്ചു നേരം കൂടി ഞങ്ങൾ സംസാരിച്ചു. എനിക്ക് വളരെ ഇഷ്ടമുള്ള ഒരു പാട്ട് അവൻ പതുക്കെ മൂളി. ബംഗാളി ഗീതമാണ്, താരാട്ട് പോലെ ഒന്ന്.

"ഇതെന്റെ ബംഗാളി അമ്മയാ. ഈ പാട്ട്. നീയും എടുത്തോ." - അവൻ പറഞ്ഞു.

എപ്പോഴോ അവൻ എന്റെ മടിയിൽ തലവച്ചു കിടന്നു.

"ഉറങ്ങണോ?"-ഞാൻ തിരക്കി.

"അറിയില്ല."

അവന്റെ മുടിയിൽ വിരലോടിച്ചു ഞാൻ മിണ്ടാതെയിരുന്നു. ഇടയ്ക്ക് അവന്റെ അടഞ്ഞ കണ്ണുകളിൽ നിന്ന് കണ്ണുനീർ വശങ്ങളിലേക്ക് ഒലിച്ചിറങ്ങുന്നതു കണ്ടു. "കരയുന്നോ?"

അവൻ കണ്ണുകൾ തുറക്കാതെ മനോഹരമായി ചിരിച്ചു. അവന്റെ നെറ്റിയിൽ ഉമ്മ കൊടുത്തു നിവരുമ്പോൾ എന്റെ കണ്ണുകളും നിറഞ്ഞിരുന്നു.

ഇവൻ എനിക്കാരാണ്? ഒറ്റയ്ക്കു ഇവൻ താമസിക്കുന്നിടത്തു ഞാൻ എന്തിനു വന്നു? അവനെ കെട്ടിപ്പിടിച്ചു കിടന്നതും മടിയിൽ കിടത്തിയതും ചുംബിച്ചതും ആരായിട്ടാണ്? പ്രണയമെന്നോ സൗഹൃദമെന്നോ വാത്സല്യമെന്നോ ഒക്കെ പറയാവുന്ന ഒരു സ്നേഹം. അതാണ് എന്നിൽ നിറയുന്നത്. മറ്റാരോടും തോന്നാത്ത പ്രത്യേകമായ ഒന്ന്. ഒരേ സമയം തന്നെ ഒരു വീട്ടിൽ ഒന്നിച്ചു കളിച്ചുവളരണമായിരുന്നു എന്നും ഓമനിച്ചു എന്റെ കുഞ്ഞായി വളർത്തണമായിരുന്നു എന്നും ഒന്നായി അലിഞ്ഞുചേർന്ന് ഒരുപാട് പ്രണയിച്ചു ജീവിക്കണമായിരുന്നു എന്നുമൊക്കെ തോന്നുന്നു.

എന്തൊക്കെ പേരുനൽകിയാലും കാറ്റ് വീശിമറയുക തന്നെ ചെയ്യും. എങ്കിലും ഋതുമാറുമ്പോൾ, ആകെ തളിർക്കുമ്പോൾ, തായ്ത്തടിയിൽ അറിയാതെ തെളിയും ഒരു പടിഞ്ഞാറൻകാറ്റിന്റെ വിരലടയാളം. കാത്തിരിപ്പിന്റെ ആഴമുള്ള ഒരു ഓർമ്മപ്പാട്.

13

ബലി

അഫ്സൽ, അവരൊക്കെ പറയുന്ന പോലെ നീ ഒരു സ്വപ്നം മാത്രമാണോ? എങ്കിൽ ഇന്ന് രാത്രി നമുക്ക് രക്ഷപ്പെടാമെടാ. ഈ വേദന വയ്യെനിക്ക്! നിന്റെ കറുത്തമൗനത്തിന്റെ കൈവഴികളെല്ലാം ഒരേ കടലിലേക്കാണല്ലോ പോക്ക്. മേഘങ്ങൾക്ക് മീതെയൊരിടത്ത് ഇനിയും കണ്ടുമുട്ടാം. കഥകൾ ജനിക്കുന്ന കുന്നിന്റെ നെറുകയിൽ പോയി പുതിയ വാക്കുകളുടെ തുള്ളികൾ കുറേ നമുക്ക് പെറുക്കിയെടുക്കാം. നമുക്കും സ്വപ്നങ്ങളാകാം.

അപരിചിതമല്ലെങ്കിലും ആദ്യമാണിവിടെ. അവൻ ഈ തിരക്കിനുള്ളിൽ എവിടെയോ ഉണ്ട്. തിരഞ്ഞുപോകേണ്ട കാര്യമില്ല, വരും. ഇപ്പോൾ ഉറപ്പുണ്ട്. രണ്ട് ദിവസത്തെ യാത്രയുടെ മടുപ്പ് മുഷിപ്പിക്കുന്നില്ല.

"എടീ!"- നിയോഗങ്ങളെ മറന്ന് നഷ്ടപ്പെട്ടെന്ന് വിശ്വസിച്ചുപോയ സ്വരം- "നീ വരുമോന്ന് സംശയമായിരുന്നു."

" നീ വിളിച്ചാൽപ്പിന്നെ?"

"വെറും സ്വപ്നത്തിലേക്കും?"

"നീ ഉള്ള സ്വപ്നമാണ് എനിക്ക് യാഥാർത്ഥ്യം."

"എവിടേക്കെന്നു ഞാൻ പറഞ്ഞില്ലല്ലോ. നീയിതെങ്ങനെ...വിശ്വസിക്കാൻ വയ്യ."

"വംഗനാട്ടിലാണ് നിന്റെ വങ്കനെന്ന് അരുളപ്പാടുണ്ടായി."

"പോകാം? ഇവിടുന്ന് കുറച്ചു ദൂരമുണ്ട്."

"എങ്ങോട്ട്?"

"നമ്മുടെ വീട്ടിലേക്ക്."

എല്ലാം കൊള്ളാം. ഈറൻ മൺചുമരുകളുള്ള കൊച്ചുവീട്. സന്ധ്യയായി എത്തിയപ്പോൾ. ഉമ്മറത്ത് ശരറാന്തൽ.

"ഇതാര് തെളിച്ചു?"

"നീലയല്ലെങ്കിലും നമുക്ക് വെളിച്ചം തരാനും ഇവിടെ ചിലരൊക്കെയുണ്ട്. പേടിക്കരുത്."

"ഭാർഗ്ഗവിക്കുട്ടീ...പുതിയ താമസക്കാരിയാണ്. ദേഷ്യം തോന്നരുത്."

"നിന്നോടോ? കാത്തിരിക്കുകയായിരുന്നു അവരൊക്കെ."

"നീയോ?"

"ഞാനും. വാ, അകത്ത് പോകാം. കാല് വലതോ ഇടതോ, ഗൃഹപ്രവേശം നടക്കട്ടെ."

നിലത്തു വിരിച്ച പുൽപ്പായ, ഒരു മേശയ്ക്ക് ഇരുവശവുമായി രണ്ട് തടിക്കസേര, ഒരു മൂലയ്ക്കായി അടുപ്പ്.

"വേറൊന്നുമില്ലേ?"

"അത്യാഗ്രഹിയായ പെൺകുട്ടീ, ഇതിലും കൂടുതലായി നിനക്ക് എന്താണ് വേണ്ടത്? മനസ്സും ശരീരവും വിശക്കാതെ കഴിയാൻ ഇതൊക്കെ ധാരാളം."

" അതിഥികൾ വന്നാൽ?"

"വരട്ടെ. അപ്പോഴല്ലേ? വാ, ഒരു സർപ്രൈസ് ഉണ്ട്."

വീടിന്റെ ചായ്പ്പിൽ നിന്നു പുറത്തേക്കിറങ്ങി അവന്റെയൊപ്പം നടന്നുചെന്നത് ഒരു വലിയ വീടിന്റെ മുന്നിലാണ്.

"ഇതാരുടെ വീട്?"

"അക്ഷരങ്ങളുടെ."

അകത്ത് നിറയെ പുസ്തകങ്ങൾ, അച്ചടിയന്ത്രം.

"നമ്മുടെ സ്വന്തം പ്രസിദ്ധീകരണശാല. പേര് നിനക്കിടാം. നമ്മുടെ മനസ്സുകൾ പെറ്റുകൂട്ടുന്ന പുസ്തകങ്ങളുടെ വീട്."

"സ്വപ്നങ്ങളുടെ പേറ്റുമുറി."

"സ്വപ്നത്തിനുള്ളിലെ സ്വപ്നം യാഥാർത്ഥ്യമാകുമോ?"

"ആവാതിരിക്കട്ടെ. ചാപിള്ളകൾ ഇവിടെ ജനിക്കാതിരിക്കട്ടെ."

ഇ

ഇടയ്ക്ക് അവരിൽ ചിലർ വരും. കട്ടൻചായയും കുടിച്ചിരുന്നു ഞങ്ങളോട് സൊറ പറയും.

"കരളിലെ ബേതന പോയോ കുഞ്ഞുപ്പാത്തു?"

"പോവാണ്ട്?? ആനമക്കാരന്റെ പൊന്നാരമോടെ പൊന്നാരമോളാ ഓള്."

അവൾ ചിരിച്ചുമറിയും.

പാപബോധത്തിലുരുകി മറ്റൊരാൾ ഞാൻ ഒറ്റയ്ക്കുള്ളപ്പോൾ കയറിവന്നു.

"ന്താ മാഷ്ടരേട്ടാ? ചായ എടുക്കട്ടെ?"

എന്റെ കവിളുകളിൽ കൈകൾ ചേർത്തു കണ്ണുകളിലേക്ക് നോക്കി അയാൾ നിന്നു. "അവൾ എന്നെ തിരക്കി വന്നതാണ്. പാവം. എനിക്ക് ധൈര്യമില്ലാതായിപ്പോയി."

"വിഷമിക്കാതിരിക്കൂ."

"കുറച്ചൊന്നു മായ്ച്ചു തിരുത്തി അച്ചടിക്കാമോ നിങ്ങൾക്ക്?"

"ആവുമായിരുന്നെങ്കിൽ എന്നേ ഞാൻ..."

"ഉം. സാരമില്ല."

ഞങ്ങൾ ഒന്നിച്ചിരുന്നു കുറേ കരഞ്ഞു.

☙

വെള്ളിയാഴ്ച്ചകളിൽ പതിവായി ഞങ്ങൾ ഘട്ടിൽ പോകും. ഇരുളിൽ ഒരു തോണിപ്പടിയിൽ ചേർന്നിരുന്നു റാന്തൽവെട്ടം കണ്ണുകളിൽ മിന്നുന്നതും നോക്കിയിരിക്കും. നിഴൽ കവർന്ന മുഖമുള്ള തോണിക്കാരൻ വൃദ്ധന്റെ പാട്ടിന് ആത്മാവുകൾ വിട്ടുകൊടുത്ത് ഞങ്ങൾ മിഴികളുടെ ആഴത്തിൽ ജന്മാന്തരങ്ങൾ ചികയും.

"ദാദാ നിങ്ങൾക്ക് എന്താണ് ഇത്ര ദു:ഖം?"-അവൻ എന്നും തിരക്കി.

അയാൾ ഒരിക്കലും മിണ്ടിയില്ല.

തിരിച്ചെത്തുമ്പോൾ ഒരു നാണയം ആ ചുളിഞ്ഞ കയ്യിൽ വച്ചുകൊടുത്ത് അവൻ പറയും- " കൂട്ടുകാരനോട് പറയണേ ദാദാ, നാണയം മറന്നാലും ഓർമകളുടെ കൂടെ ഇപ്പുറം വിട്ടിട്ട് പോകരുതെന്ന്."

എന്നും ഒരേ വൃദ്ധൻ തന്നെയാണോ വന്നിരുന്നത് എന്നുപോലും അറിയില്ല. പാട്ട് കേട്ടെങ്ങനെയറിയാൻ! വിഷാദത്തിന് ഒരേ താളമല്ലേ? സ്വപ്നങ്ങളുടെ ശമനതാളം.

☙

"ആട്ടിൻചോര മതിയാവുന്നുണ്ടാകുമോ ആയമ്മയ്ക്ക്?"

"നരബലി നിർത്തിയില്ലേ, വേറെന്ത് വഴി?"

"നിന്റെ പൊട്ടിനെന്താ ഇന്ന് വലുപ്പക്കൂടുതൽ?"

"പേടിയുണ്ടോ ഭക്താ?"

"എന്തിന് മാ?"

"നീ ഇന്നത്തെ ബലിയാണെങ്കിലോ?"

"ആയിരം ഹിൽസാ മത്സ്യങ്ങളെ തിന്നാതെ ഞാൻ മരിക്കില്ലെന്ന് ശാസ്ത്രം."

"അയ്യോ, ഓർമ്മിപ്പിച്ചത് നന്നായി! കരിഞ്ഞുപിടിച്ചോ ആവോ!"

"പുകച്ചുവ എനിക്കിഷ്ടമാണ് പെണ്ണേ. പേടിക്കേണ്ട."

ༀ

"നിന്നോട് ഒരാൾക്കൊരു പരാതിയുണ്ട്." - അവന്റെ നെഞ്ചിൽ മുഖംചേർത്തു കിടന്ന ഒരു രാത്രിയിൽ അവൻ പറഞ്ഞു.

"ആർക്ക്?"

"ദാ അവിടെ നോക്ക്."

ജനലിലൂടെ അവൻ ചൂണ്ടിക്കാട്ടിയ കുഞ്ഞുനക്ഷത്രവും അപ്പോൾ നാണിച്ചു കണ്ണുചിമ്മി.

"നിനക്ക് സൂര്യനോട് സ്നേഹക്കൂടുതലുണ്ട് പോലും!"

"അതെന്താ?"

"ഉദിക്കുമ്പോഴേക്കും അവനെ നീ നെറ്റിയിൽ പകർത്തി അസ്തമിക്കുമ്പോൾ എന്നെക്കൊണ്ടത് മായ്ച്ചുകളയിക്കുന്നെന്ന്!"

"നക്ഷത്രക്കുട്ടന്റെ പരാതി കൊള്ളാം. കൂട്ടുപ്രതി പറയൂ, എന്താണ് പ്രതിവിധി?"

"അവനെ നമുക്കീ മൂക്കിൽ കുടിവച്ചാലോ?"

ༀ

"എത്രനാളാ ഇങ്ങനെ? തിരിച്ചുപോകണ്ടേ?"

"എങ്ങോട്ട്?"

"ഉണരണ്ടേ?"

"വേണ്ട. "

"വേണം. "

"പിന്നെന്തിനു രണ്ടാമതും വിളിച്ചു?"

"അറിയില്ല. ഈ രാവ് വെളുക്കുമ്പോൾ നമ്മളില്ല. "

"ഞാൻ എവിടെ പോകും?"

"നീ വന്നിടത്തേക്ക്. "

"പറ്റില്ല."

"പറ്റണം. "

"നീ ക്രൂരനാണ്. "

"ആയിരിക്കാം. സ്വപ്നങ്ങളിൽ ജീവിക്കുന്ന വിഡ്ഢിയാവാൻ മാത്രം വയ്യ!"

ༀ

എന്റെ മടിയിൽ തലവച്ചുറങ്ങണം എന്നവൻ വാശിപിടിച്ചു. "കിടന്നോട്ടെ അമ്മേ" എന്നു കൊഞ്ചി എന്റെ പിണക്കം അലിയിച്ചുകളഞ്ഞ് അവൻ എന്റെ കുഞ്ഞായി. ഞാൻ അമ്മയും. ഏറ്റവും പ്രിയപ്പെട്ട സന്താനത്തിന്റെ ചോര പുരണ്ട കൈകൾ കൊണ്ട് ആ എക്താരയുടെ ഒറ്റക്കമ്പി പൊട്ടിച്ചെറിഞ്ഞു ഞാൻ നടന്നു. ചോരമണം തളംകെട്ടി നിൽക്കുന്ന വഴിയിലൂടെ നടന്ന് ഞാൻ നടയിലെത്തി. രണ്ടു പൊയ്ക്കണ്ണുകൾ എന്റെ കയ്യിൽ വച്ചു

അഫ്സൽ, ഞാനും ഉണർന്നു.

14

ജിന്ന് തൊട്ട പെണ്ണ്

ഞാനൊരു കഥ പറയാം. ജിന്ന് തൊട്ട പെണ്ണിൻറെ കഥ. അല്ലെങ്കിലും ഒരു പെണ്ണ് ജനിക്കുമ്പോൾ കൂടെ ഒരു കഥയും ജനിക്കുമല്ലോ. പണ്ടു പണ്ട്, ഒരുപാട് പണ്ട്, ദൂരെ ഏതോ നാട്ടിൽ കണ്ണാടിക്കവിളത്തു ശേലുള്ളേളാരു ഓമനമറുകുള്ള പെണ്ണ് ജനിച്ചപ്പോൾ തുടങ്ങിയ കഥ. അത് 'പാക്യമർഗാണോ' എന്നൊന്നും കുഞ്ഞുപാത്തുമ്മയെ പോലെ അവൾക്കുമറിയില്ലായിരുന്നു. ഇതവളുടെയല്ല, ആ മറുകിൻറെ മന്ത്രശക്തിയുടെ കഥയാണ്. ജിന്നിന് മാത്രം മനസ്സിലാകുന്ന ഒരു മന്ത്രം ആ മറുകിൻറെ കാക്കക്കറുപ്പിൽ മയങ്ങിക്കിടന്നു.

അങ്ങനെ ഒരു ദിവസം പുഞ്ചിരിയുടെ കഥ പറഞ്ഞു ഒരു ജിന്ന് അവളുടെ സ്വപ്നത്തിൽ വന്നു വിളിച്ചു. രാത്രികാലത്ത് ചതുപ്പിനു മേലെ മിന്നുന്ന വെട്ടം പോലെ അതവളെ മോഹിപ്പിച്ചു. പിന്നാലെ പോയാൽ അപകടമെന്ന് ആർക്കാനറിയാത്തത്? പക്ഷെ കനവല്ലേ, കാണാതെ പറ്റുമോ? അങ്ങനെ കിനാവും ജിന്നും അവളും ഒരു കഥയായി.

ഉറക്കമില്ലാതെ രാവു മുഴുവൻ കണ്ണും തുറന്നിരുന്നു കിനാവുകാണുമ്പോൾ മറ്റാർക്കും കേൾക്കാനാവാത്ത ഒരു പാട്ടിൻറെ ഇശൽ അവളെ ചൂഴ്ന്നുനിന്നു. അർത്ഥവും ഈണവും ഒക്കെ പുതിയതെങ്കിലും ഇടയ്ക്കവൾ അതേറ്റുപാടി.

സന്ധ്യയെന്താ പെട്ടെന്ന് തീരുന്നതെന്ന് അറിയാമോ? രണ്ടു ലോകത്തിനിടയ്ക്ക് അധികനേരം നിൽക്കാൻ പാടില്ല. അപകടമാണ്. അതുപോലെയായി അവളുടെ കാര്യം. ജിന്ന് തീർത്ത മായാലോകം മനോഹരമായിരുന്നു. അവളതിനെ ഒരുപാട് സ്നേഹിച്ചു. രണ്ടു ലോകങ്ങളും ഏതോ സന്ധ്യയിൽ കൂട്ടിമുട്ടുമെന്ന് അവൾ പ്രതീക്ഷിച്ചുകാണും.

ജിന്നി പറഞ്ഞതെല്ലാം രസമുള്ള കഥകൾ. പൊട്ടിച്ചിരിച്ചും കരഞ്ഞും രാവുകൾ നീങ്ങി. പതുക്കെ പതുക്കെ ഇടയ്ക്ക് ജിന്നി അവളെ തൊട്ടു.അപ്പോഴെല്ലാം കുറച്ചുകുറച്ചായി അവളുടെ മനസ്സ് കല്ക്കണ്ടം പോലെ അലിഞ്ഞുതീർന്നു.

ആദ്യമായും അവസാനമായും ജിന്നിയോടോത്ത് അവളൊരു യാത്രപോയി. പുതുച്ചിറകുകൾ വിരിച്ചു പറന്നു പറന്നു അവർ ഒരു ഗുഹയിലെത്തി. ഒരു നീർക്കുമിളയുടെ പ്രതലത്തോളം നേർത്തൊരു തൂവാല കൊണ്ട് ജിന്നി അവളുടെ കണ്ണുകൾ മൂടി. ഇനി നീ കിനാവുകാണില്ലെന്നു പറഞ്ഞ് അവളുടെ മനസ്സ് തൊട്ടെടുത്തു.

ഉണർന്നപ്പോൾ അതുമൊരു കഥയെന്നു കരുതി അവൾ ചിരിച്ചു. പിന്നെ വന്ന രാവുകളിലൊന്നും കിനാവും കഥകളുമായി ജിന്നി വന്നില്ല.

ഒക്കെ മറന്നെങ്കിൽ എത്ര നന്നായിരുന്നു! സാധിക്കില്ലല്ലോ. ജിന്ന് തൊട്ട പെണ്ണിൻെറ ഓർമ്മകൾ നശിക്കില്ല. അത് വളർന്നു വളർന്ന് അവളെ വിഴുങ്ങും.

ആ കവിളത്തെ മറുക് പടർന്നു വലുതായിത്തുടങ്ങി. ആദ്യം അവളുടെ പുഞ്ചിരിയും പിന്നെ അവളെയും അതിൻെറ കറുപ്പ് വിഴുങ്ങി. ഇരുളിൻെറ കറുപ്പ്. ഇരുളിൽ അലിഞ്ഞു ചേരുന്ന നിഴലിൻെറ കറുപ്പ്.

15

തേനുണ്ട

"വേഗം പൊയ്ക്കോളീ മക്കളേ, വൈക്യാ മാഷ്ടര് തല്ലുല്ലേന്ന്?" അബ്ദു അവസാനാശ്രമം എന്ന പോലെ പറഞ്ഞുനോക്കി. കുട്ടികള് അനങ്ങീല. ഒരേ നില്പ്! "ദ് താണ് മക്കളേ, ങ്ങനെ വാശി പിടിച്ചാ അബ്ദുക്ക വലഞ്ഞ് പോം. "

"ന്നാ ഞങ്ങടെ തേനുണ്ട തായോ. ഇന്നലീം പറ്റിച്ച്. കിട്ടാണ്ട് പൂവില്ലിന്ന്."- കുഞ്ഞുമൊയ്തീനാണ്. കൂട്ടത്തിലെ വില്ലന്. അവനെ മെരുക്കിയാല് രക്ഷപ്പെട്ടു.

"അങ്ങാടീല് ന്നലീം കൂടി പോയി നോക്കീതാണ്ന്ന്. അബെടെ കിട്ടണ്ടേ ങ്ങടെ തേനുണ്ട?"

"നൊണ. കല്ല് വച്ച നൊണ. ന്നലെ എപ്പൊ അബ്ദുക്കാ അങ്ങാടീല് പോയി?"- അയല്വീട്ടിലെ കൃഷ്ണന്റെ മകള് ലെച്ചുവാണ്. പെണ്ണ് ഇന്നലെ മുഴുവനും ഉമ്മറത്ത് കുത്തിയിരുന്നത് അപ്പൊ വെറുതെയല്ല.

"നാളെ ഒറപ്പായും തരാം. ഇപ്പൊ മക്കള് പോ."

കുട്ടികള് എല്ലാവരും കുഞ്ഞുമൊയ്തീനെ നോക്കി. അവനാണ് തീരുമാനിക്കേണ്ടത്. "നാളീം കിട്ടീല്ലെങ്കില് അള്ളാണേ ആലിക്കോട് പറയും. "

ആലിക്ക- മുഹമ്മദാലി-അബ്ദുവിന്റെ ബാപ്പയാണ്. കഴിഞ്ഞ മാസം വരെ കട നടത്തിയിരുന്നത് ആലിക്കയാണ്. അപ്പോള് നല്ല നിറവായിരുന്നു അവിടെ. സ്കൂളിനു എതിര്വശമാണ് കട. പഴയ മൂന്നുനില കെട്ടിടമാണ്. മുകളില് വായനശാലയും പാര്ട്ടിയോഫീസും.

കഴിഞ്ഞ മാസം ആലിക്ക ഒന്നു വീണു. അങ്ങനെയാണ് കട അബ്ദുവിന്റെ തലയിലായത്. "ന്റെ ബാപ്പാ, ചതിയായിപ്പോയി ദ്. "- അബ്ദുവിന് തീരെ ഇഷ്ടമല്ലാത്ത പണിയാണ് കടനടത്തല്. ഇഷ്ടമുള്ളത് എന്തെന്ന് ചോദിക്കരുത്. വയസ്സ് നാല്പ്പതോട് അടുത്തിട്ടും നിക്കാഹ് എന്ന പണി പോലും അബ്ദു വേണ്ടെന്നു വച്ചിരിക്കുകയാണ്.

"ന്താ അബ്ദൂ, കട തൊറക്കണില്ലേ?"- പിറ്റേന്ന് എട്ടുമണിയായിട്ടും അബ്ദു പോകാത്തത് കണ്ട് ആലിക്ക തിരക്കി. "ഇനിമൊതല് ത്തിരി വയ്കി തൊറക്കാന്നു വച്ച്. "

കുട്ടികൾക്ക് ക്ലാസ്സ് തുടങ്ങിയ ശേഷമേ അബ്ദു കട തുറക്കൂ. ഊണിന്റെ മണിയടിക്കും മുൻപേ ഉണ്ണാൻ വീട്ടിലേക്ക് നടക്കും. വൈകീട്ടും മൂന്നുമണിക്ക് കട അടയ്ക്കും. കുട്ടികളെ കൊണ്ടുള്ള ശല്യം കൊണ്ടാണത്രേ പുതിയ പരിഷ്കാരം. "കുരുപ്പുകള്! തേനുണ്ട തിന്നാനാ പഠിക്കാനാ ഇവറ്റ വരണത്?"

കുട്ടികൾ ക്രമേണ തേനുണ്ടയെയും അബ്ദുവിനെയും മറന്നു. കാലം അവരെയും കൊണ്ടു വേഗം പാഞ്ഞു.

൧

" അബ്ദുക്കാക്ക് പ്പൊ എങ്ങനെണ്ട്?"- ലെച്ചു തിരക്കി. മക്കളെയും കൊണ്ട് മൂന്നുദിവസം വീട്ടിൽ നില്ക്കാൻ വന്നതാണ്. "അങ്ങനൊക്കെ തന്നെ. നല്ലപ്രായം മുഴുവനും തെങ്ങടി-പുളിയടി നടന്നിട്ട് പ്പൊ പറഞ്ഞിട്ട് ന്ത് കാര്യം!"

"സഹായത്തിന് ആരാ ഇപ്പൊ?"

"ആരൂല്ല. കടേല് കുഞ്ഞുമൊയ്തീൻ കൂടെ നിക്കും. ന്തിനാ ആവോ! അബ്ടെങ്ങും ഒരീച്ച പോലും കേറില്ല. ബേക്കറി സഹിതം അബ്ടിപ്പൊ നാല് കടേണ്ട്. ആ ചെക്കന്റെ തലയ്ക്ക് പ്രാന്താ. ഒള്ള നല്ലൊരു പണീം കളഞ്ഞിട്ട് ന്തിനാ ങനെ!"

ശരിയാണ്- ലെച്ചു ഓർത്തു. നല്ലൊരു പണി ഉണ്ടായിരുന്നു. ആ ധൈര്യമായിരുന്നു അന്ന് രണ്ടാൾക്കും. പക്ഷേ അച്ഛരന്റെ ഭീഷണി, അമ്മയുടെ കണ്ണീർ. ഇപ്പോഴും തോറ്റത് ഞാനല്ലേ? ഒരുമിച്ചു കണ്ട സ്വപ്നങ്ങൾ അവനിപ്പൊ ഒറ്റയ്ക്ക് ജീവിക്കുന്നു.

"കൊറേ കാശൊക്കെയായിട്ട് ആലിക്കാന്റെ കട വാങ്ങണം. കുപ്പികളില് നെറയെ തേനുണ്ട വാങ്ങിവച്ച്..." അതിപ്പോൾ കുറച്ചെങ്കിലും സത്യമായില്ലേ?

൧

"എപ്പോളാ വന്നെ?" ബസ്സ് കാത്തുനിന്നപ്പോൾ കണ്ടു. "മൂന്നീസ്സായി."

"സുഖല്ലേ?"

" ഉം."

" വാ, കടേല് കേറീട്ട് പോകാന്ന്. വണ്ടി ഇനീം വൈകും."

" വേണ്ട."

" അബ്ദുക്കാന് വല്യ സന്തോഷാവും. വാ മക്കളേ, ഒരൂട്ടം തരാം."

" ഇദാരാദ്! മോള് പോവ്വായോ?"

" ആ അബ്ദുക്കാ."

" ടാ, മക്കക്ക് മിട്ടായി എടുത്ത് കൊടുക്ക്."

" ഏത് മിട്ടായിയാ ഇഷ്ടം? മഞ്ച് വേണോ?"

" ദാ അത്."

അപ്പു ചൂണ്ടിക്കാട്ടിയ കുപ്പിയിൽ നിറയെ തേനുണ്ടയായിരുന്നു. ഓറഞ്ച് നിറത്തിൽ ഓർമ്മകളുടെ മധുരമെല്ലാം ഒളിപ്പിച്ച് കാലം അതിനുള്ളിൽ ഊറിനിന്നു.

൭

16

കണി

കണിയൊരുക്കാൻ എല്ലാം അടുപ്പിച്ചു കൊണ്ടുവന്നപ്പോഴാണ് കാണുന്നത് -
കണ്ണന് ഒരു കയ്യില്ല! "അയ്യോ, ഇതെങ്ങനെയാ പൊട്ടിയെ?"

ആർക്കുമറിയില്ല. പുതിയതൊന്ന് വാങ്ങാൻ ഇനി നേരവുമില്ല.

"പൂജാമുറീല് ഉള്ളത് എടുത്താലോ?"

"അത് രാധേമുള്ളതാ."

"ശ്ശൊ! ആ നളിനി മോന് സമ്മാനം തന്നത് അലമാരേല് കാണും. "

"അത് വേണ്ട. ഇത്രയ്ക്ക് ലക്ഷണംകെട്ടൊരു കൃഷ്ണരൂപം ഞാൻ
കണ്ടിട്ടില്ല. അതിലും ഭേദം കണിതന്നെ വേണ്ടാന്ന് വയ്ക്കുന്നതാ."

"പിന്നേ ! കൊന്നപ്പൂ വരെ ഓടിനടന്ന് സംഘടിപ്പിച്ച പാട് എനിക്കേ അറിയൂ.
കണി വേണ്ട പോലും. "

"കൈ ഒട്ടിച്ചു വച്ചാലോ?"

"ഹ്, ഐശ്വര്യക്കേട്!"

"പിന്നെന്താ ചെയ്യുക? ആ കണ്ണനാ ഐശ്വര്യം. നമ്മൾ എത്ര കൊല്ലമായിട്ട്
വയ്ക്കുന്നതാ. കലണ്ടറീന്ന് മുറിച്ചെടുത്താലോ? ഉണ്ണിക്കണ്ണന്റെ ഒന്നുണ്ടല്ലോ
ചായ്പ്പില്. "

"അതില് കുരുത്തംകെട്ടതുങ്ങള് ഓരോന്ന് കുത്തി വരച്ചിട്ടേക്കുവല്ലേ?"

"ഇപ്പൊ സമയം എന്തായി?"

"പത്തര. കടയൊക്കെ അടച്ചിട്ടുണ്ടാവും. അതേ, നമുക്ക് വിമലേടത്തിയെ
ഒന്നു വിളിച്ചു ചോദിച്ചാലോ? അവിടെ രണ്ടെണ്ണം ഉണ്ടെങ്കിൽ പോയി
എടുക്കാല്ലോ. "

"ഈ നേരത്തോ? അതും പത്തിരുപത് കിലോമീറ്റർ പോവണം.
ഉറങ്ങുന്നൊരെ ഉണർത്തണ്ടേ ഇനി. "

"ശ്ശെ, എല്ലാം ഒരുക്കീതാ. വെറ്റ പാക്ക് വരെ. "

"നമുക്ക് അപ്പുണ്ണിയെ കൊണ്ടോന്ന് വരപ്പിച്ചാലോ ?അവൻ മോശമില്ലാതെ വരയ്ക്കുന്നതല്ലേ."

"ഉറങ്ങിക്കിടക്ക്ന്ന ചെക്കനാ ഇനിയിപ്പോ വരയ്ക്കുന്നെ. അതൊന്നും ശരിയാവില്ലന്നേ. അതേ, നമ്മുടെ കുഞ്ചുട്ടന്റെ ഒരു പടമുണ്ട് ആൽബത്തിൽ. ശോഭാ യാത്രയ്ക്ക്... "

"അതിലും ഭേദം അവനെ ഒരുക്കി നിർത്തുന്നതല്ലേ? ഓരോ വിസ്ത്തിത്തം പറഞ്ഞോളും!"

"ഇനിയിപ്പോ എന്താ ചെയ്യുക? നേരമാവുന്നു. കണി ഒരുക്കണ്ടേ?"

"ബാക്കിയൊക്കെ ശരിയാക്കിത്തുടങ്ങിക്കോ. എന്തെങ്കിലും വഴി കാണാം. "

"ശരിക്കും പറഞ്ഞാൽ ഈ രൂപത്തിലൊന്നും വല്ല്യ കാര്യമില്ല. ഓരോ വിശ്വാസമല്ലേ. കൃഷ്ണൻ ഇങ്ങനെയായിരുന്നുന്ന് ആർക്കാ നിശ്ചയം?"

"സത്യം. തൂണിലും തുരുമ്പിലും ഒക്കെള്ള ആ ശക്തിയെ അല്ലേ നമ്മൾ പ്രാർത്ഥിക്കേണ്ടത്?"

"എന്നാപ്പിന്നെ..."

"ങ്ഹും. "

"വേണ്ടെന്നാ?"

"നിർബന്ധമാണെങ്കിൽ നമുക്കൊരു മയിൽപ്പീലിയും മഞ്ഞപ്പട്ടും വയ്ക്കാം. ഒരു പുതുമയാവട്ടെ. "

"ദാരിദ്ര്യം പിടിച്ചൊരു കണിയാവും!"

"കൈ ഒട്ടിച്ചു വയ്ക്കാംന്നാ ഞാൻ പറയുന്നെ. മാലയിടുമ്പോ പാടൊന്നും പുറത്ത് കാണില്ലന്നേ. "

"അതിന് ആ കൈ എവിടെ ?"

"നമുക്ക് മറ്റേതിൽ നിന്ന് പൊട്ടിച്ചെടുക്കാം. "

"കഷ്ടമല്ലേ?"

"വേറെന്താ ചെയ്യുക?"

ഏറെ നേരം നീണ്ടു നിന്ന ശസ്ത്രക്രിയ വിജയമായി. രാധ ഒപ്പമുള്ളപ്പോൾ കയ്യല്ലാ തല പോയാലും സാരമില്ലെന്ന് പറഞ്ഞു ഒരു കണ്ണൻ പൂജാമുറിയിൽ വിശ്രമിച്ചു. ഏച്ചുകെട്ടിയ മുഴയുണ്ടെങ്കിലും കുടുംബത്തിന്റെ ഐശ്വര്യം മുഴുവൻ അതിലാണെന്നുള്ളതിനാൽ പരാതിയില്ലാതെ മറ്റൊരാൾ കണിയ്ക്ക് നടുവിലും നിന്നു.

പിറ്റേന്ന് കണികണ്ട അപ്പുണ്ണി കുറേ നേരം മിഴുങ്ങസ്യാ നിന്നു.

"അമ്മേ, കണ്ണന്റെ കൈ മാത്രം നീല നിറം. "

"കൈയുണ്ടല്ലോ? അത് തന്നെ കാര്യമെന്ന് വച്ചോ! ഇന്നാ കൈനീട്ടം. അതല്ലേ പ്രധാനം?"

പ്രീതു

17

പാവ

"പാവ-" കുഞ്ഞ് ഇന്നുമുഴുവൻ ഇതുതന്നെ പറഞ്ഞു ചിണുങ്ങുകയായിരുന്നു. കയ്യിൽ നിന്നു താഴെ വയ്ക്കാതെ കൊണ്ടുനടന്നതാണല്ലോ അവൾ. അതെവിടെപ്പോയി?

"അമ്മ നോക്കിയെടുക്കാംട്ടോ, മോള് അം തിന്നേ. ഈ ഉരുള കൂടി."

എന്തൊരു സന്തോഷമായിരുന്നു അവൾക്ക്! മഞ്ഞയും ചുവപ്പും കലർന്ന ഉടുപ്പ് ധരിച്ച

കുരങ്ങന്റെ രൂപത്തിലുള്ള ഒരു തുണിപ്പാവ. മദിരാശിയിൽ നിന്നു വാങ്ങിക്കൊടുത്തതാണ്. ഒന്നിനും വാശിപിടിക്കാത്ത കുഞ്ഞ് കടയിൽ ഈ പാവയെത്തന്നെ ഉറ്റുനോക്കിനിൽക്കുന്നതുകണ്ടപ്പോൾ വാങ്ങി. ഇരുപത്തെട്ടു രൂപ!

"അമ്മൂന്റെ പാവ കണ്ടോ മാധവിയമ്മേ?"

"ഇല്ലല്ലോ മോളേ. രാവിലെ കയ്യിലുണ്ടായിരുന്നല്ലോ. ആ ദേവകിക്കുട്ടി വന്നു കുഞ്ഞിനെ കൊണ്ടുപോയിരുന്നു. അവിടെങ്ങാനും കാണും."

തൊട്ടയൽപക്കം. നാളെത്തന്നെ പോയിവാങ്ങണം. രഘുവേട്ടനും ഇന്ദിരേച്ചിയും പോയിട്ടുമതി. കുറച്ച് അനുഭവങ്ങൾ കൊണ്ടുതന്നെ വേണ്ടപോലെ അറിഞ്ഞതാണ്.

വിവാഹം കഴിഞ്ഞു വന്നയിടയ്ക്കാണ്, നാട്ടിൽ നിന്ന് ഏട്ടനും ഏട്ടത്തിയും വന്നപ്പോൾ അവിടേക്കും കൊണ്ടുപോയി. ഒന്നുമല്ലെങ്കിലും അനിലിന്റെ അമ്മാവന്റെ മകളാണല്ലോ ഇന്ദിരേച്ചി.

അവർ ടി വി കണ്ടിരിക്കുകയായിരുന്നു. പേരിനൊന്നു ചിരിച്ചെന്നു വരുത്തി അവർ അതിലേക്കു തന്നെ നോക്കിയിരുന്നു. രഘുവേട്ടൻ പുറത്തെവിടെയോ പോയിവന്നു നേരെ മുകളിലേക്കു കയറിപ്പോയി. ദേവകിക്കുട്ടി മാത്രമാണ് എന്തൊക്കെയോ പറഞ്ഞുകൊണ്ടിരുന്നത്.

"ഹോ ഇങ്ങനീം മര്യാദല്ല്യാത്ത മനുഷ്യര്ണ്ടാ!" - ഏട്ടത്തി വീട്ടിലെത്തിയ ഉടൻ പറഞ്ഞു. സ്വന്തം ഇഷ്ടം നോക്കി വിവാഹം കഴിച്ചതിന്റെ ദൂഷ്യം എന്ന രീതിയിൽ.

അമ്മു ഉണ്ടായശേഷം ഇന്ദിരേച്ചി പിന്നെയും 'കണ്ടാൽ മിണ്ടാം' എന്നായിട്ടുണ്ട്. കുഞ്ഞിനോടെങ്കിലും ചിരിയുണ്ട്. അവളുടെ ഒന്നാം പിറന്നാളിന് സ്വർണ്ണച്ചെയിൻ കൊണ്ടിട്ടു. അതിനും അവർ തമ്മിൽ വഴക്കായി എന്നറിഞ്ഞു.

രാവിലെ കുഞ്ഞിനെ പല്ലുതേപ്പിക്കാൻ കൊണ്ടുനിർത്തിയിട്ട് വെള്ളം കോരുമ്പോഴാണ് വലിയവായിൽ നിലവിളി തുടങ്ങിയത്. "ന്റെ പാവ ചത്തുപോയീ "- അവ്യക്തമായി പറഞ്ഞത് അതാണെന്ന് മനസ്സിലായത് അവളുടെ നോട്ടം പിന്തുടർന്നപ്പോഴാണ്. മതിലിനോട് ചേർന്ന് അഴുക്കു വെള്ളം പോകാൻ വെട്ടിയ ചാലിൽ അവളുടെ പാവ. കുഞ്ഞ് അവിടെ കൊണ്ടിടില്ലെന്നു ഉറപ്പാണ്. രഘുവേട്ടന്റെ ജനൽ മതിലിനു തൊട്ടപ്പുറമാണ്.

എങ്ങനെയോ കുഞ്ഞിനെ സമാധാനിപ്പിച്ചു. അവൾക്കും കരച്ചിൽ വരുന്നുണ്ടായിരുന്നു. ഒരു കുഞ്ഞ് കയ്യിൽ കൊണ്ടുനടന്ന ഒരു പാവ- അത് ബോംബാണോ അവിടെക്കിടന്നു പൊട്ടിത്തെറിക്കാൻ? പോയി ചോദിച്ചാലോ? ഒന്നും അറിയാത്ത ഭാവത്തിൽ തിരക്കണം.

വേണ്ടിവന്നില്ല. വൈകിട്ട് ദേവകിക്കുട്ടി വന്നത് വിളറിയ മുഖവുമായാണ്. സ്കൂൾ വിട്ട് യൂണിഫോം പോലും മാറ്റാതെയുള്ള വരവ്.

"അമ്മായീ-" അവളുടെ കണ്ണു നിറഞ്ഞിരുന്നു.

"എന്താ മോളേ?"

"അമ്മൂന്റെ പാവ...അച്ഛൻ....അച്ഛരനാ..."

"അറിയാം മോളേ, സാരമില്ല. പോട്ടെ. കരയേണ്ട."

"ഞാൻ എടുത്തു സോഫയിൽ വച്ചിരുന്നതാ. വല്ലോരുടേം വീട്ടിലെ ചവറ് ഇവിടെക്കൊണ്ട് ഇട്ടേക്കുന്നു എന്നും പറഞ്ഞ് എടുത്തെറിഞ്ഞു." -അവൾ കരഞ്ഞു.

എന്തൊക്കെ വന്നു മനസ്സു കല്ലായാലും ഒരു കുഞ്ഞിനോട് ഇതു ചെയ്യാൻ അധികമാർക്കും കഴിയില്ല.

ദേവകിക്കുട്ടിയോട് എന്തു പറയാൻ!

"സാരമില്ല."

ഒരുപാട് വർഷങ്ങൾക്കപ്പുറം ഒറ്റയ്ക്ക് ഒരു വീട്ടിൽ ഷെൽഫ് നിറയെ പാവക്കുട്ടികളെ വാങ്ങി നിരത്തി കടലിനക്കരെയുള്ള പേരക്കുട്ടിയെ കാത്തിരിക്കുന്ന അപ്പൂപ്പനോട് ഇപ്പോൾ ഇതെങ്ങനെ പറയാൻ!

ആ അപ്പൂപ്പനെക്കുറിച്ച് നേഹമോൾക്ക് പറഞ്ഞുകൊടുക്കാൻ സ്നേഹമുള്ള ഒരോർമ്മ പോലുമില്ലാതാവുന്ന ദേവകിക്കുട്ടിയോട് മറ്റെന്തു പറയണം!

ചത്തുപോയ പാവക്കുട്ടിയെ എന്നോ മറന്ന മുതിർന്നൊരു യുവതിയോടും ഈ കഥ എന്തിന് പറയണം!

18

മൂക്കുത്തി

ഞാൻ വന്നു. നീ പറഞ്ഞുകേട്ടു മാത്രം പരിചയിച്ച വഴികളിലൂടെ വർഷങ്ങൾക്ക് ശേഷവും തെറ്റാതെ നിന്റെ വീട്ടിലെത്തിയിരിക്കുന്നു.

ഒരിക്കൽ വരണമെന്ന് അറിയാമായിരുന്നു. അതല്ലേ ഞാനൊന്നും മറക്കാത്തത്?

വേലിക്കുള്ളിൽ വെറ്റിലക്കൊടികൾ കണ്ടപ്പോൾ ഞാൻ ആ രാത്രി ഓർത്തു. നീ എന്നോട് 'കുഞ്ഞ് അഫ്സൽ' ആയ രാത്രി. അന്നാണ് നിന്നെ ഞാൻ ഏറ്റവും സ്നേഹിച്ചത്.

"രാവിലെ ഉപ്പ വിളിച്ചുണർത്തും. ഉമ്മേം ഇക്കാമാരും ഇത്തേം ഞാനും കൂടി മത്സരിച്ചാ വെറ്റ നുള്ളുന്നത്. ഏറ്റവും കൂടുതൽ നുള്ളുന്നവർക്ക് ഉപ്പേന്റെ വക സമ്മാനോണ്ട്. ഇത്ത ഭയങ്കര കള്ളിയാ. ഞാൻ കാണാണ്ട് എന്റെ കൊട്ടേന്ന് കട്ടെടുക്കും. ഒടുക്കം മടിച്ചിക്ക് സമ്മാനോം കിട്ടും".

അന്നത്തെ പോലെ എനിക്ക് പൊട്ടിച്ചിരിക്കണമെന്നുണ്ട്. നീ ഉള്ളിൽ മരിച്ചുകിടക്കുമ്പോൾ ഈ ഉമ്മറത്തിരുന്നു ഞാൻ ചിരിക്കുന്നത് മോശമല്ലേ ? മറ്റാർക്കുമറിയില്ലല്ലോ എനിക്കിതു നിന്റെ രണ്ടാം മരണമാണെന്ന്. ആദ്യത്തേത് ഞാൻ വർഷങ്ങളോളം ഒറ്റയ്ക്ക് കരഞ്ഞുതീർത്തെന്ന്.

ഉമ്മറത്തെ കുടുംബചിത്രങ്ങളിൽ നീ പറഞ്ഞു കേട്ട കഥാപാത്രങ്ങൾ പലരും ഇതാ എന്നെനോക്കി ചിരിക്കുന്നു. ശരിയാണ്, നിന്റെ ഉമ്മുമ്മ എത്ര സുന്ദരിയാണ്!

"ഉമ്മുമ്മക്ക് എന്നെയായിരുന്നു ഏറ്റവും ഇഷ്ടം. എന്നെ കൊഞ്ചിച്ചൊരു ചെല്ലപ്പേര് വിളിക്കുന്നത് ഉമ്മുമ്മ മാത്രാ".

"അതെന്താ പേര് ?"

"അതുവേണ്ട. അത് ഉമ്മുമ്മക്ക് മാത്രം ഉള്ളതാ. പോയപ്പോ കൊണ്ട്പോയി. "

"എനിക്ക് മാത്രം വിളിക്കാൻ പേര് വേണം. "

"അത് നീ തന്നെ കണ്ടുപിടിച്ചോ. "

ശരിയാണ്, പലപ്പോഴും ഞാനാണ് എന്റെയുള്ളിൽ നിന്നെ പൂരിപ്പിച്ചത്. ചിലപ്പോൾ തോന്നും ഞാൻ സ്നേഹിച്ചതും വെറുത്തതുമൊക്കെ എന്നെത്തന്നെയായിരുന്നെന്ന്.

എനിക്ക് അന്ന് നിന്നെ കൊല്ലാതെ വയ്യായിരുന്നു. ആദ്യത്തെ മഴത്തുള്ളി പോലെ വന്ന നിന്റെ സ്നേഹം പെട്ടെന്ന് മനസ്സിലെ തുരുമ്പായി എന്നെ കാർന്നുതിന്നു തുടങ്ങിയപ്പോൾ പതുക്കെപ്പതുക്കെ ഞാൻ എന്റെയുള്ളിൽ നിന്നെ കൊന്നുതുടങ്ങി. വെറുക്കാനാണ് ആദ്യം ശ്രമിച്ചത്. നീ എന്നിൽ എത്രത്തോളം ആഴത്തിൽ അലിഞ്ഞുപോയെന്നു അപ്പോഴാണ് ഞാൻ തിരിച്ചറിഞ്ഞത്.

നീ പലരാണെന്നും പലതാണെന്നും പറഞ്ഞപ്പോഴും അതിലൊന്ന് എന്റേതാണല്ലോ എന്നു സമാധാനിച്ചിരുന്നു. മുഖംമൂടി ഊരി എന്റെ കയ്യിൽത്തന്നു നീ യാത്ര പോലും പറയാതെ പോയപ്പോൾ ആദ്യം ശൂന്യതയായിരുന്നു.

" നീ മൂക്കുത്തി ഇടണം. "

" എന്തിന്?"

" നിനക്കിഷ്ടമല്ലേ?"

"ഇഷ്ടമാണ്. "

" മൂക്ക് കുത്തണം"

" പിന്നേ! എനിക്കെങ്ങും വയ്യ."

" ഇഷ്ടമാണെന്ന് പറഞ്ഞിട്ട്?"

"അതിന് വേദനേം സഹിച്ചു കുത്തണോ? പിന്നെ ഇഷ്ടം പോയാലോ?"

" കുത്തണം. ലോകത്ത് എല്ലാ പെണ്ണുങ്ങളും മൂക്കുത്തിയിടണം. എന്ത് ഭംഗിയായിരിക്കും കാണാൻ!"

"അതേയതെ... ശരിക്കും വട്ടു തന്നെ. "

" ആഹ്, വട്ടു തന്നെയാ. നീ മൂക്ക് കുത്തണം. "

" വല്ല ഫാൻസി സ്റ്റോറിലും പോയി പ്രസ്സ് ചെയ്തുവയ്ക്കുന്ന തരം വാങ്ങാം. "

"അയ്യേ അതു പോര. "

"കണ്ടാൽ പോരേ? എന്താ വ്യത്യാസം?"

" അത് ആർട്ടിഫിഷ്യൽ ആണ്. പോര. കുത്തണം. നിനക്ക് നോവണം. "

" ഓഹ്, സാഡിസ്റ്റ്! അപ്പൊ എന്നെ വേദനിപ്പിക്കാനാണ്. "

" നോവുമ്പോ ഞാൻ അവിടെ ഊതിത്തരും. അപ്പൊ വേദന മാറും. ഞാനും വരും നീ മൂക്ക് കുത്താൻ പോകുമ്പോൾ. "

" ഞാനെങ്ങും പോണില്ല. "

"പോണം. "

" ഇത് കൊള്ളാം. അതൊക്കെ ഓരോരുത്തരുടെ ഇഷ്ടമല്ലേ?"

"അല്ല. എന്റെ ഇഷ്ടമാണ്. മൂക്കുത്തി ഇടാത്തവരൊക്കെ എന്റെ ശത്രുക്കളാണ്. "

" നല്ല നെല്ലിക്ക കിട്ടുമെങ്കിൽ വാങ്ങിക്ക്. തല തണുത്താൽ മാറുമായിരിക്കും. "

അങ്ങ് തെക്ക് ഒരു ദേവിയുണ്ട്. കുമാരി. സ്നേഹിച്ചു കാത്തിരുന്നു ചതിക്കപ്പെട്ട കന്യക. കുമാരിയുടെ മൂക്കുത്തിക്കല്ലിന്റെ കഥ നിനക്കറിയില്ലേ? കപ്പലിനെ തകർത്ത ഒരു മൂക്കുത്തി!

നോക്ക്, ഇവിടെ നിന്നെ യാത്രയാക്കാൻ വന്നവരിൽ ആരൊക്കെ മൂക്കുത്തി ഇട്ടിട്ടുണ്ടെന്ന്? നിന്നെ ആദ്യം നോവിച്ചവളോ പിന്നെ നീ നോവിച്ചവരോ ആരുമില്ല ഇന്നിവിടെ. അങ്ങനെ മൂക്കുകയറിട്ടോ ചാപ്പ കുത്തിയോ ഒന്നും സ്വന്തമാക്കാൻ ഉള്ളതല്ല മനസ്സുകൾ.

" ഞാൻ പെട്ടെന്ന് മരിച്ചുപോകും."

നിന്റെ സിദ്ധാന്തങ്ങളിൽ എനിക്കേറ്റവും ഇഷ്ടമായത് അതാണ്.

"എനിക്ക് ഭ്രാന്താണ്. എന്നോട് ക്ഷമിക്ക്."

അന്ന് പറ്റില്ലായിരുന്നു. ഇനി ഞാൻ നിന്നോട് ക്ഷമിക്കാം.

"ഞാൻ ഒട്ടും നല്ലതല്ല. വളരെ മോശമാണ്."

ഇപ്പോൾ നീ മോശമല്ല. ശരീരവും മുഖംമൂടി പോലെ ഉപേക്ഷിച്ച് നീ ഇവിടെ ഉണ്ടെന്ന് എനിക്കറിയാം. അതിനാണ് ഞാൻ വന്നത്.

" ബാംഗ്ലൂര്ന്നാ?" ആരോ ചോദിക്കുന്നു.

വിശദീകരിക്കാൻ വയ്യ. നീ എനിക്കാരായിരുന്നു എന്നു എനിക്ക് പോലും അറിയില്ല.

നിൻെറ 'കട്ടൻചായ തത്ത്വങ്ങൾ' സമൃദ്ധമാക്കിയ സായാഹ്നങ്ങൾ, ഇരുളിൻെറ ഏകാന്തതയോട് പാവം തോന്നി ഉറങ്ങാതെ വെളുപ്പിച്ച രാവുകൾ, അപ്പൂപ്പൻതാടി പോലെ നമുക്കിടയിലെ അകലം പറന്നു തീർത്ത നേർത്ത സ്വപ്നങ്ങൾ, നിനക്കായി മാത്രം തൊട്ട സിന്ദൂരപൊട്ട്, നിന്നിലൂടെ രുചിച്ച ഗസലിൻെറ ഇശലുകൾ.

എനിക്ക് നീ ആരായിരുന്നു?അറിയില്ല.

സമ്മാനിക്കാമെന്നു മോഹിപ്പിച്ച ഒരു ഏകതാരയുടെ ഒറ്റക്കമ്പി പോലെ നിന്നിലേക്ക് ഞാൻ എന്നെ വരിഞ്ഞു കെട്ടിയിരുന്നു

"ഇങ്ങനെ പൂമ്പാറ്റനെ പോലെയാവണം. ഒരിടത്തും ഉറച്ചു നിൽക്കാണ്ട് പറന്നുപറന്ന്- "

നിമിഷങ്ങളിൽ വിശ്വസിച്ച നീ എന്റെയുള്ളിൽ ഇത്രനാൾ മരിച്ചുകിടന്നില്ലേ? ഒന്നനങ്ങാതെ?

ഇന്ന് നിനക്ക് പറക്കാം.

ഇനി എനിക്ക് സുഖമായി ഉറങ്ങാം. നിന്റെ സ്വരം പ്രതീക്ഷിക്കേണ്ട. നീ പറയാതെ പോയെങ്കിലും എനിക്ക് നിന്നെ യാത്രപറയാതെ വിടാൻ വയ്യ.

പോകുന്ന വഴിക്ക് സ്വർണത്തിൽ വൈരക്കല്ല് പതിച്ചൊരു മൂക്കുത്തി വാങ്ങും. ഇനി നിനക്കായി അതു അണിയാം.

19

പച്ചപ്പ്

അവരുടെ പുതിയ വീടിനു പിന്നിലെ പുൽത്തകിടിയിൽ ഒരു വളയമുണ്ടായിരുന്നു; അതിനുള്ളിൽ ഒരല്പം പച്ചപ്പ് ഏറിനിന്നു. അമ്മുവാണ് രാജീവിനെ അത് കൊണ്ടു കാണിച്ചത്. "പപ്പാ, ഇത് കണ്ടോ?"

"അത് ഒരുതരം ഫംഗസ്സാ മോളൂ."

"പക്ഷേ മമ്മ പറഞ്ഞത്... "

അപ്പോഴേക്കും നീരജ അവളെനോക്കി കണ്ണുമിഴിച്ചു.

"എന്തു പറഞ്ഞു?"

"ഒന്നും പറഞ്ഞില്ല. "

രാജീവ് പോയശേഷം അമ്മു നീരജയുടെ അടുത്ത് പരാതിയുമായി എത്തി. "മമ്മ കള്ളം പറഞ്ഞതാ അല്ലേ? ഫെയറികൾ ഡാൻസ് ചെയ്യും എന്നൊക്കെ പറഞ്ഞത് വെറുതെയാണല്ലേ?"

"നിന്നോടാരാ പപ്പയോട് പോയി ഓരോന്ന് ചോദിയ്ക്കാൻ പറഞ്ഞത് ? പപ്പയ്ക്ക് അറിയാഞ്ഞിട്ടാ. അത് യക്ഷികളുടെ സീക്രട്ട് പ്ലേസ് ആണെന്ന് മമ്മ പറഞ്ഞില്ലേ?"

"അപ്പോ ശരിക്കും രാത്രി അവർ അവിടെ വന്ന് ഡാൻസ് ചെയ്യുമോ?"

"ചെയ്യും. പക്ഷേ മനുഷ്യർക്ക് അത് കണ്ടുകൂടാ. "

"കണ്ടാലോ?"

"അവർ പിടിച്ചു കൊണ്ടുപോകും!"

"മമ്മ കണ്ടിട്ടുണ്ടോ ഫെയറികളെ?"

നീരജയുടെ മനസ്സ് പിന്നിലേക്ക് കുതിക്കുകയായിരുന്നു.

"രാത്രി നമ്മുടെ കാവിന്റെ അപ്പുറത്തൂടി ഭഗവതീടെ പോക്കുവരവുണ്ട്. "- അമ്മയാണ് പറഞ്ഞത്.

"എന്നുവച്ചാലോ?"

"ഭഗവതീം പരിവാരങ്ങളും കൂടി വരുമെന്ന്. "

"എങ്ങോട്ട്?"

"അക്കരെ പോയി വെളുപ്പിന് വരും. "

"എന്നിട്ട്?"

"മനുഷ്യരാരും കണ്ടുകൂടാ. കണ്ടാൽ ചോര തുപ്പി മരിക്കും. "

"ശ്ശൊ! അറിയാതെ കണ്ടാലോ?"

"കാണാൻ പാടില്ല. "

പിറ്റേന്ന് കാവിനപ്പുറമുള്ള ഇടവഴിയിലൂടെ വെറുതെ നടന്നു. എന്തു ഭംഗിയാവും രാത്രി ഭഗവതീടെ വരവ് കാണാൻ! ചുവന്ന പട്ടും തിളങ്ങുന്ന ആഭരണങ്ങളും ഒക്കെയിട്ട് ഭഗവതിയെ ഒന്നു കാണണം എന്നുണ്ട്. പക്ഷേ പാടില്ലല്ലോ.

വഴിയരികിൽ നിന്ന് ഒരു കാതിൽപ്പൂവ് കിട്ടിയത് അന്നാണ്. സ്വർണ്ണം പോലെ തോന്നിച്ചു. ഭഗവതിയുടെ തന്നെയാവും. സൂക്ഷിച്ചു വച്ചിട്ടും കാര്യമില്ല, കൈയ്യിൽ കൊടുക്കാൻ പറ്റില്ലല്ലോ. ആരോടും പറയാതെ സന്ധ്യയ്ക്ക് അമ്പലത്തിൽ കൊണ്ടു ചെന്ന് കാണിക്കവഞ്ചിയിൽ ഇട്ടപ്പോഴാണ് സമാധാനമായത്.

"മമ്മാ, എന്താ ആലോചിക്കുന്നത്? ഞാൻ ചോദിച്ചത് കേട്ടില്ലേ ?"

ചില പച്ചപ്പുകളും ഇടവഴികളുമെല്ലാം ഉള്ളിലുണ്ടാവുന്ന കാലം വരും; എല്ലാവർക്കും കാണാനാവാത്തതും ആർക്കും പ്രവേശനമില്ലാത്തതുമായ സ്ഥലികൾ. അപ്പോൾ നീയും യക്ഷികൾക്കൊപ്പം നൃത്തം ചെയ്യാൻ പഠിക്കും!- അവൾ ഓർത്തു.

20

പാവക്കൂത്ത്

കളിയച്ഛരൻ: പൊയ്ക്കഥകളാടി മടുത്തു; ചരടറുത്ത് വിടട്ടേ കുട്ട്യേ?

പാവക്കുഞ്ഞ്: വേണ്ട വേണ്ട, ഏങ്ങോട്ട് പോവാനാ ഞാന്?

കളിയച്ഛരൻ: ഈ അരങ്ങും അണിയറേം മാത്രം മത്യോ? പുറത്തൊരു ലോകം ണ്ട്. നിഴലും വെളിച്ചോം പിണയ്ക്കണ ഈ ആട്ടവിളക്കിന്റെ കൺകെട്ട് സൂത്രല്ല അവിടെ; രാവും പകലൂണ്ട്, സൂര്യനും നക്ഷത്രങ്ങളൂണ്ട്. സത്യം ണ്ട്.

പാവക്കുഞ്ഞ്: സ്വപ്നങ്ങളുണ്ടോ? അവിടെ കഥകളുണ്ടോ? എനിക്ക് തുണ ണ്ടോ?

കളിയച്ഛരൻ: ഇതൊക്കെ വെറും മിഥ്യയല്ലേ ന്റെ കുഞ്ഞേ?

പാവക്കുഞ്ഞ്: എല്ലാം അറിഞ്ഞിട്ടല്ലേ അച്ഛരാ എന്നെ ആദ്യം വിരലിൽ കെട്ട്യത്? മടുക്കുമ്പോ കൊത്തി മാറ്റ്യാൽ മിണ്ടാണ്ട് പോവുംന്ന് കരുത്യോ? ന്റെ ജീവൻ കഥകളാ. അത് പോയാ ചായം പൂശിയ മരക്കഷണം മാത്രാവും. മനസ്സിലാട്ടോ.

കളിയച്ഛരൻ: വാശി പിടിക്കണ്ടാ, ഒരു വിരലിൽ മാത്രായിട്ട് ചരടും കെട്ടി നടക്കാൻ എനിക്കും മനസ്സില്ലേയ്! എല്ലാർക്കും പോവാച്ചാൽ ന്താ നെനക്ക്?

പാവക്കുഞ്ഞ്: അവരൊക്കെ സ്നേഹിച്ചത് കഥകളെയാ അച്ഛരാ. ഞാന് അങ്ങനല്ല. നേരം പുലരുമ്പോ, കഥ തീരുമ്പോ, കണ്ണില് വെള്ള കേറുമ്പോ ആ വിരല് പിടിച്ച് നടത്താൻ ബാക്കി ഒരാള് വേണ്ടേ? ചരട് മാറണില്ല- കഥകൾ മാത്രം ഇനി ഈ അറ്റത്ത് നിന്ന് തുടങ്ങട്ടെ.

കളിയച്ഛരൻ: കഥയാടിയല്ല ശീലം കുട്ട്യേ

പാവക്കുഞ്ഞ്: ശീലങ്ങളും ഇടയ്ക്ക് മാറണ്ടേ അച്ഛരാ? വരൂ, കളി തുടങ്ങാറായി. ഒന്നും അറിയണ്ടാട്ടോ. എല്ലാം ഞാൻ ചെയ്തോളാം. ഇടയ്ക്ക് വിരലൊന്നു വെറുതെ അനക്കിക്കോളൂ. ഒക്കേം കൺകെട്ടല്ലേ!

21

കറുപ്പ്

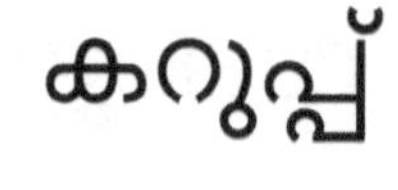

"അപ്പുണ്ണീ, അനിയൻകുട്ടന് എന്ത് ഭംഗ്യാ! നല്ലോണം വെളുത്തിട്ട്. നീയ് കറത്തിട്ടല്ലേ, ഇനീപ്പോ അമ്മയ്ക്കും അച്ഛനും നിന്നെ വേണ്ട. എന്താ ചെയ്യാ?" - അപ്പുണ്ണിയുടെ കണ്ണുനിറഞ്ഞു. ഇതിപ്പോ എല്ലാരും പറയുന്ന സ്ഥിതിക്ക് നേരാവാനേ തരമുള്ളൂ.

ശരിയാണ്, ഇന്നലെ ജനിച്ച അനിയൻകുട്ടൻ വെളുത്തിട്ടാണ്. അച്ഛന്റേം അമ്മേടേം പോലെ. എന്താ ഞാൻ മാത്രം കറുത്തുപോയത്?

"അതോ? നീയ് മേമേടെ മോനല്ലാ അപ്പുണ്ണ്യേ- അതന്നേ കാരണം. ആൽത്തറേല് ഇടയ്ക്കൊരു പ്രാന്തത്തിയമ്മേ കാണാറില്ലേ? അവരോട് വാങ്ങീതാ നിന്നെ. " - ഉണ്ണിയേടത്തി പറഞ്ഞത് ശരിയാവും.

" പണ്ട് ജാനൂട്ടി കുളിക്കാൻ പോയപ്പളേയ് കൊളത്തീന്നൊരു കാക്കക്കുഞ്ഞിനെ കിട്ടി. ചെറകില്ലായിരുന്നു അതിന്. അവൾക്ക് പാവം തോന്നീട്ട് അതിനെ വീട്ടിൽ കൊണ്ടുവന്നു. കൊക്ക് ഉരച്ചുകളഞ്ഞു മനുഷ്യക്കുട്ടിയാക്കി വളർത്തി. അതാ നീയ്. " - വല്ല്യച്ഛൻ പറഞ്ഞിട്ടുള്ളത് ഇങ്ങനെയാണ്.

"നീയ് ന്റെ മോന്റെ അടുത്ത് നിന്നോ അപ്പുണ്ണ്യേ, അവന്റെ നെറം ഇത്തിരി നെനക്കും കിട്ടട്ടേ!" - ശരിയാണ്, കുട്ടേട്ടൻ നന്നേ വെളുത്തിട്ടാണ്. സതിയമ്മായീടെ തനിപ്പകർപ്പ്.

അന്നു സന്ധ്യയ്ക്ക് ഉമ്മറത്ത് നാമം ജപിച്ചിരുന്നവരാരും തൂണിന്റെ നിഴലിരുളിൽ പതിവുപോലെ തളർന്നിരുന്ന ആ കുഞ്ഞിന്റെ കണ്ണുകൾ കണ്ടില്ല. കഥകളിലെങ്ങോ അവർ ഭജിച്ച കാർവർണ്ണന്റെ കണ്ണുകൾ മാത്രം അവന്റേതു പോലെ കലങ്ങിയിരുന്നു.

22

വാല്

"പേരെന്താ?"

"കോവർകഴുത"

"അത്രേള്ളൂ?"

"പോരേ?"

"സർനെയിംന്നൊരു വാലുണ്ട്."

"വാല് ഒന്നുണ്ടല്ലോ."

"ഗമയ്ക്ക് ഒന്നൂടിയായാൽ മുഷിയില്ല."

"അങ്ങനെയോ?"

"കുലനാമംന്ന് പറയുമ്പോ ഒരു ഉശിരില്ലേ?"

"കേൾക്കാൻ സുഖംണ്ട്."

"എന്നാലൊന്ന് ചാർത്തിയാലോ?"

"ആവാം."

" താവഴിയോ തന്തവഴിയോ?"

"സ്വന്തവഴി."

"നിഷേധിയാണ്, അല്ലേ?"

"ലേശം."

"ഭേദാവും ട്ടോ. അപ്പൊ പറയ്, ഏതാ കൂടീത്?"

"അമ്മവഴിക്ക് അസ്സല് കുതിരക്കുട്ടി, അച്ഛൻവഴിക്കും മോശമില്ല-
അദ്ധ്യാനികൾ."

"മടിയൻമാരെന്നു കള്ളക്കഥകളും, ല്ലേ?"

"കഥയിലെന്താ സത്യം?"

"പേരിനൊപ്പം ഗർദ്ദഭമോ അശ്വമോ വേണ്ടത്?"

"പണ്ട് പണ്ട് ഒരു മുതുമുത്തപ്പനെ കടിച്ചുകീറിക്കൊന്നൊരു സിംഹംണ്ട്. "

"അതിന്?"

"രക്തബന്ധമായില്ലേ?"

"തിരിഞ്ഞില്ല."

"കുഴിച്ചിടുമ്പോ ഉള്ളില് തീരേ ഉണ്ടായിർന്നില്ലാ. കുറേയൊക്കെ സിംഹത്തിന്റെ മോന്തയ്ക്ക് പറ്റിയിരുന്നു."

"ഉവ്വ്, ബന്ധമായി. ധാരാളം. അപ്പൊ ഉറപ്പിക്കാം?"

"ആവാം. മക്കള്ക്ക് കാട് ഭരിക്കാൻ യോഗംണ്ടെങ്കിലോ!"

23
സർട്ടീറ്റ്

ഇന്നലെയാ ഉണ്ണിയമ്മ സുല്ലിട്ട് പോയെ. വല്ല്യ പിടിവലീം ബഹളോം ഇല്ലാണ്ട് കൂടെ വന്നപ്പോ കാലനും പെരുത്ത് സന്തോഷം.

"ഓ അപ്പൊ സ്വർഗ്ഗത്തില് ഇത്തവണേം സീറ്റില്ലാ ല്ലേ കാലോ?"- അവർ വിഷണ്ണയായി തിരക്കി.

"ന്തൂട്ടിനാ മോന്ത വീർപ്പിക്കണെ പെണ്ണ്ങ്ങളേ...ന്റെ സ്ഥലം അത്ര മോശാ ?"

"ഈ മോക്ഷമന്ന് ഒരസ്തൂല്ലല്ലേ..........വെർതേ കഥ പറഞ്ഞു കൊതിപ്പിക്കയാണ്."

"ഒക്കെ ശര്യാക്കാംന്. ആട്ടെ ആകെ മൊത്തം ടോട്ടൽ ഇത്തവണ എങ്ങനെണ്ടാർന്നു ലൈഫ്?"

"ന്തന്ന് ലൈഫ്! തെന്നണ വരമ്പത്ക്കൂടി നടക്കണ പോലെ- തെറ്റോ തെറ്റോന്നേയ്!"

" ന്നിട്ട് തെറ്റിയോ അച്ചേയ്?"

" പുളിക്കും. ന്നാ കാണ്-ദ് കൊളക്കടവീന്ള്ളത്, ചായക്കടേന്ന്, കല്ങ്കുമ്മേന്ന്- എവ്ടെ മറ്റത്? എട്ക്കാൻ മറന്നോ ന്റെ ശിവനേ. "

"എന്ത്ന്നാണ്?"

"ആൽത്തരേന്ള്ളതേയ്. ദ്ഹാ ദേ. കഴിഞ്ഞ തവണ ഇതില്ലാഞ്ഞിട്ടാ പിന്നേം കീപ്പട്ട് പോന്നേ. "

" എല്ലാംണ്ടോ പ്പൊ?"

"ഉവ്വ്ന്ന്. ല്ലാരും സർട്ടീറ്റ് തന്ന്. ഇനിയെങ്കിലും... "

" നമ്മുക്ക് നോക്കാന്നേയ്. ങ്ങള് വായോ! "

"ഒരെടത്തും എടുത്തില്ലാന്ന്. ഇരുനാഴി അരിയ്ക്ക് ചോദിച്ച്- സർട്ടീറ്റ് കാട്ടീട്ടേയ്. എബടെ കിട്ടാൻ! അപ്പൊ ഇക്കുറി കിട്ടോ നിയ്ക്ക്?"

"ദെല്ലാം ള്ള സ്ഥിതിയ്ക്ക് ഒറപ്പല്ലേ. വേഗം വായോ."